Mafundisho ya Ndoa

Shannel S Silwimba

Published by Shannel Steven Silwimba, 2023.

MAFUNDISHO YA NDOA

First edition. February 8, 2023.

ISBN: 979-8215417850

Written by Shannel S Silwimba.

Also by Shannel S Silwimba

Chuo cha Tatu
Mwana-Adam ni Nani Naye ni Nini Mungu Amkomboe

Standalone
Historia & Maisha ya Yeshua Kristo
Jinsi ya Kusali & Kuongea na Yahweh
Mafundisho ya Utajiri
Utatu Mtakatifu
Mafundisho ya Ndoa

Sala ya Ukombozi

Baba yetu uliye Mbinguni; ninakiri kwa mdomo, na kuamini moyoni mwangu kwa dhati ya kwamba, Mwanao Yeshua Kristo ni Mungu. Alikuja katika mwili, na kufariki mauti ya msalaba kwa ajili ya dhambi zangu. Baba Mungu ulimfufua toka katika wafu, na sasa amekaa mkono wako wa kuume katika kiti cha enzi Mbinguni.

Naomba msamaha wa dhambi zangu zote nilizo tenda maishani. Nina-wasamehe wote walio nikosea katika maisha yangu. Namkataa shetani, na dhambi, na tamaa ovu zote.

Nakupenda YAHWEH Mungu wangu kwa roho yangu yote, kwa nafsi yangu yote, na kwa nguvu zangu zote. Niwezeshe niwapende jirani zangu kama ulivyo nipenda mimi.

Nampokea Roho wako Mtakatifu kama ulivyo ahidi. Nakabidhi maisha yangu yote kwake.

Baba Mungu; nina-shukuru kwa neema ya kunitakasa, kunihesabia haki, na kunikomboa kupitia kafara ya damu ya Adonai Yeshua Kristo, toka utumwa wa dhambi mara tu nisalipo sala hii.

Sifa na shukrani upewe YAHWEH kwa kunitimizia mimi mwanao mahitaji yangu yote ya kila siku: neema, afya, utajirisho, shalom, na ushindi katika yote ili nitimize kile ulicho niumbia.

Kwa imani nina-pokea ukombozi wa kiroho kwa maisha ya milele pamoja nawe, na ukombozi wa kimwili kwa siku za Mbinguni hapa duniani. Nina-amini na kukiri kupokea haya yote katika jina la Mwanao, na Mkombozi wetu Adonai Yeshua Kristo.

Amin! Amin! Amin!

Kitabu hiki kimepigwa chapa na
Shannel S Silwimba
P O Box 1699
shannel.silwimba@gmail.com
Dar es Salaam, Tanzania
Afrika Mashariki

Haki Miliki

Toleo la Kwanza

1.	Uandishi Kimapokezi	(Inspiration):	Mei 2007	-	Oktoba 2007
2.	Ujalizi wa Mapokezi	(Authorship):	Oktoba 2007	-	Augusti 2011
3.	Uhakiki wa Kitabu	(Review):	Augusti 2011	-	Oktoba 2014
4.	Uhariri Fasihi	(Literature):	Oktoba 2014	-	Disemba 2016
5.	Uhariri Fasaha	(Fluent[1]):	Disemba 2016	-	Septemba 2021
6.	Tafsiri ya Maandiko	(Translation):	Septemba 2021	-	Aprili 2022
7.	Usanifu & Kibali	(Ratification):	Aprili 2022	-	Novemba 2022

Tahariri

Yeshayah 50:4

Adonai YEHWIH amenipa mimi uwezo wa kuzungumza kama mtu msomi, ili kwamba mimi, kwa maneno yangu, nijue jinsi ya kumkidhi aliye choshwa. Kila asubuhi yeye huyahamsha masikio yangu kusikia kama yale ya msomi. [Tafsiri ya Complete Jewish Bible].

Wagalatia 1:12,16,20

Kwani mimi sikupokea hili toka kwa mtu, wala mimi sikufundishwa [hili], bali ni kwa ufunuo wa Yeshua Kristo ... Kumfunua Mwana wake ndani yangu, hata niweze mfundisha yeye kati ya Mataifa; saa hilo sikushauriana na wenye mwili na damu: ... Na sasa haya mimi ninayo andika kwenu, tazama, mbele za Mungu, mimi sisemi uongo.

Matendo 5:38-39

Na sasa mimi nasema kwenu, jizuieni toka watu hawa, na waacheni wenyewe: kwani kama huu ushauri au kazi hii ikiwa ni ya watu, haitaishia kuwa lolote lile: lakini kama ikiwa ni ya Mungu, nyie hamwezi ipindua; tena isije kutikana nyie mwapigana na Mungu.

Unabii – 30 Mei 2007

"Najimimina nafsi yangu ndani ya kitabu. Watu hawatasoma kitabu, watakuwa wakinila MIMI (kwani MIMI ndiyo kitabu). Watu watakula kitabu na hawata-kisoma (na watakihisi kile walacho ndani ya tumbo lao). Utukufu wangu utakuwa bayana ndani yao, watajua kuwa ni MIMI. MIMI, MIMI naongea kwao na wao watakubali na kukombolewa"...

Hili Tunasema Sisi

Pale Jenerali anapo mpa askari wa daraja la chini kabisa ujumbe kufikisha kwa makamanda vitani, amri hiyo hutangulia zote, na kwayo askari huyo hubadilika daraja mpaka aufikishe ujumbe. Na kwa ujumbe huo, mpangilio mzima, na mwenendo mzima wa jeshi vitani hubadilika.

Dibaji

Mpendwa, jina la kitabu chako hiki ni **MWANA-ADAM NI NANI NAYE NI NINI MUNGU AMKOMBOE** (MNNNMA). Kwa minajili ya kuufikia umma wote wa wanao zungumza Kiswahili tulio tumwa kwao, tuli-kichapisha pia katika vijitabu vidogo tokea baadhi ya masomo yake. Kwa uelewa huu basi, kama mpendwa unacho kimoja wapo ya hivi, tambua kwamba huo siyo ujumbe wote unao kustahili kuupokea.

Tunasema hivi sababu kitabu MNNNMA kimegawanyika katika vyuo vitatu vikupasavyo mpendwa kuhitimu: **CHUO CHA KWANZA** hufunza kuhusu **Mwanzo Mtakatifu & Kuingia Dhambi. CHUO CHA PILI** hufunza kuhusu **Fumbo La Ukombozi & Ufunuo wa Ukombozi. CHUO CHA TATU** hufunza kuhusu **Mwisho Mtakatifu & Kuondoka Dhambi.** Hivyo ni ushauri wetu umiliki kitabu chote cha (1) **MWANA-ADAM NI NANI NAYE NI NINI MUNGU AMKOMBOE.**

Lakini kama hivyo sivyo kwako, basi uanze na (2) **CHUO CHA KWANZA**, ndipo kifuatie (3) **CHUO CHA PILI**, na ndipo umalizie na (4) **CHUO CHA TATU**. Na kama hata hivi sivyo ilivyo kwako, basi acha tukuvutie kwa baadhi ya masomo ndani ya MNNNMA tuliyo yatoa kama vitabu huria ifuatavyo: -

5) Historia na Maisha ya Yeshua Kristo
6) Jinsi ya Kusali & Kuongea na YAHWEH
7) Utatu Mtakatifu
8) Mafundisho ya Utajiri

9) Mafundisho ya Ndoa
10) Ufufuo na Uchukuo
11) Yisrael
12) Ujio wa Pili wa Yeshua Kristo

Pamoja na hivi ni kile tunacho kisambaza bure katika masoko ya vitabu mitandaoni, kinachoitwa **Milenia ya Kristo**. Lengo la hiki ni kuwatambulisha kazi ya MNNNMA wale wote wanaoishi ughaibuni, lakini wanaongea Kiswahili. Kwa jinsi hii, hawa pia wapokee ujumbe wao, kupitia umiliki wa kitabu MNNNMA.

Kitabu hiki MNNNMA kinaleta habari njema kwa kanisa zima linalo zungumza Kiswahili. Kitabu chako hiki kinaifumbua hadithi ya fumbo la nyakati, na pamoja nalo hilo, kinategua kile kitendawili cha kale, pale malaika walipo muuliza Mungu: ... *Je mtu (anaye kufa) ni nini, ambaye wewe unamjali hivi? Na mwana wa adam, ambaye wewe humtembele? Kwani wewe umemfanya yeye chini kidogo ya elohim (malaika), na {bado} umemzinga na taji la utukufu na heshima. Wewe umemfanya yeye kutawala juu ya kazi za mikono yako; wewe umeweka vyote chini ya miguu yake:* ... [Zaburi 8:4-6].

Ni ndani ya fumbo hilo la nyakati, na uteguzi wa kitendawili hicho, ndimo historia yote ya mtu na ukombozi wake vilihifadhiwa kwa umahiri na umakini usio pimika. Kwayo haya mguso wake ulifika mapema, lakini ni uandishi kadri tunavyo pokea (Uandishi Kimapokezi - Inspiration) ulio anza rasmi katika mwezi wa Mei 2007 mpaka Oktoba 2007. Uandishi huo ulifanyikia katika meza ya chakula, tena ulikuwa wa tokea mwanzo wa kitabu mpaka mwisho wake, kwa kadri ya uono wetu hafifu wakati huo. Ujalizi wa Mapokezi (Authorship) ulianza Oktoba 2007 mpaka Augusti 2011, na ndiyo ulio tupatia mgawanyiko wa vyuo, masomo, na mada ambazo mpaka leo bado ziko ndani humu.

Uhakiki wa Kitabu (Review) ulianza tokea Agusti 2011 mpaka Oktoba 2014. Lengo lake hili lilikuwa kuhakikisha uchambuzi wa ndani kabisa wa yaliyo pokelewa, unalandana na maaandiko. Hakika hiyo kwisha kupatikana, ndipo tuliingia katika hatua ya Uhariri Fasihi (Editorial – Literature) kusahihisha majalizi yaendane na mapokezi, pamoja na maandiko. Hili lilifanyika tokea Oktoba 2014 mpaka Desemba 2016. Tukiwa sasa tunacho kitabu makini mbele zetu, ndipo Uhariri Fasaha (Editorial – Fluent) wa usomekaji ulifanyika tokea Desemba 2016 mpaka Septemba 2021. Kama biblia ilivyo, kitabu hiki nacho kimeandikwa ili kisomwe mbele za watu.

Katika juhudi za umakini wa kufikisha mapokezi, ilituwia vema kwamba, sasa wakati umefika wa uwepo wa Biblia Fasaha, na hivyo misingi yake ilianza kusimikwa kwa sisi kufanyia Tafsiri Maandiko (Translation) yote ambayo tayari yameshaingia kitabuni. Na hili lilituchukua sisi kipindi cha tokea Septemba 2021 mpaka Aprili 2022. Na kwisha hilo, ndipo hitimisho la kazi hii lilifika kwa Usanifu na Kibali (Ratification), ulio anza mara moja Aprili 2022 na kukamilika Novemba 2022. Ndipo sasa kikawa tayari kupigwa chapa, hata leo hii kiwe mkononi mwako mpendwa.

Juhudi zote hizi katika uandishi wake kitabu chako hiki, zilikuwa ujenzi juu ya msingi ule-ule wa awali, kwani yote yale ambayo tulipokea, yalibakia kama yalivyo na pale-pale yalipo wekwa kwa upokeo wa awali. Katika miaka yote hii 15 na miezi 6 tuliyo kuwa katika uandishi wa kitabu chako hiki, sisi kwa binafsi yetu tulipokea makuzi makubwa sana, ili kuinuka hadi kufikia upeo wa uelewa ambao YAHWEH anautaka katika Kanisa lake tukufu linalo zungumza Kiswahili. Hivyo tulijifunga kwa uadilifu kwayo mafunzo hayo, na kwa miaka 12 ya awali tulitumia takribani masaa 3 kila siku (part-time), na takribani masaa 10 (fulltime) kwa kipindi kilicho bakia mwishoni.

Sisi tunaamini: kipindi chote hiki tulicho chukua, ni kwa ajili ya sisi kuinuka katika uelewa uhitajikao kupokea kitabu kile kilichopo katika masijala za Mbinguni, hata kiwe pacha na hiki kilichopo mkononi mwako leo hii. Katika vyote na yote ndani humu, tafadhali sana mpe sifa na utukufu Mungu YAHWEH pekee.

Utangulizi

Watangulizi wetu wameshafanya kazi itakiwayo, kwamba sasa majani ni makavu, na kinacho hitajika ni kiberiti tu. Hiki kitabu cha MNNNMA ndicho kiberiti kwa ajili ya mapinduzi ya upendo, na uamsho mkuu ujao. Hivyo kwako wewe usiye mtu kati ya watu, YAHWEH ameiinua sauti yako isikike ndani ya Kanisa lake duniani. Tazama, mboni ya jicho lake amegeuka kukutizama akishang'aa, ni nini hicho Elohim wake afanyacho nyumbani mwako.

Ndani humu utakutana na tafsiri fasaha za maandiko matakatifu tulizo zifanya, tulikuwa hatuna budi, bali kufanya uchokozi huo wa hadharani kudhihirisha changamoto tulizoziona. Tunajua vema, hili limetonesha lile hitaji nyeti la sisi kuwa na tafsiri ya Kiswahili fasaha kitumikacho leo hii katika nyanja zote za maisha. Kuelewa hili, tafadhali tazama mfano kwa mstari Askofu Alpha Mohamed wa kanisa Anglikana (zamani hizo wa Dayosisi ya Mlima Kilimanjaro), alio utoa kwa familia ya mmoja wetu, alipo watembelea katika udogo wake: -

Na	TAFSIRI	YEREMIAH 33:3
1	**Bible Society – Tanzania na Kenya**	*Niite, nami nitakuitikia, nami nitakuonyesha mambo makubwa, magumu usiyo yajua.*
2	**Jewish Publication Society 1917 OT**	*Niite, na Mimi nitakujibu, na nitakueleza mambo makubwa, na yaliyo fichwa, ambayo wewe huyajui.*
3	**King James Version # 2**	*Niite, na Mimi nitakujibu, na nitakuonyesha mambo makubwa na makuu, ambayo wewe huyajui.*
4	**The Amplified Bible**	*Niite na Mimi nitakujibu na kukuonyesha wewe mambo makubwa na makuu, yaliyo ndani ya wigo na yamefichwa, ambayo wewe hujui (hutofautishi na kutambua, kuwa na maarifa nayo na uelewa).*

Hili andiko (na hususani kwa mapanuzi yake yote tokea tafsiri ya Amplified Bible juu), kwake lilikamilika ndani ya MNNNMA. Hili andiko siku ile lilipo somwa kwa tafsiri ya kwanza, na kutaja '*mambo makubwa, magumu usiyo yajua*' lilitisha sana. Lakini ni mpaka nyakati za kazi ya MNNNMA, ndipo alipo gundua nini haswa lilikuwa likifanyia unabii maishani mwake. Hii ni zaidi ya miaka thelathini (30) kupita ndipo baadaye kabisa aligundua ni '*mambo makubwa na makuu, yaliyo ndani ya wigo na yamefichwa, ambayo wewe hujui.*'

Mpendwa, maandiko matakatifu siyo jiwe lilokufa, kwani yako hai kama jamii yenyewe. Tokea humu utasikia yakinguruma tena kudai vazi jipya, ili kuzigusa tena nyoyo za walio wake. Neno ni lile lile, ila lugha imekuwa na kusonga mbele zaidi. Kila kizazi huifunua historia yake, hisia zao, utamaduni wao, kwa maana nzito zibebwazo ndani ya maneno watumiayo kila siku kuwasiliana.

Umakini wetu kwalo hili ni wa kugusa kitakatifu, hivyo juhudi za dhati zilitumika kurejelea asili ya andiko kwa Kiebrania, kukimbia itikadi na falsafa za watu, na urejesho wa majina asili ya wahusika. Katika kufanya haya, tulitumia lugha kwa sarufi fasaha kufanyia tafsiri. Kupitia unyambulisho tumebebesha nafsi halisi ihusikayo, wakati, na kwake nani hilo lasemwa. Tumetambua kijadiliwacho (contextual meaning) katika kuzingatia kwa makini maana halisi ya neno, na hivyo ujumlisho wa maneno yote yatumikayo katika mstari (sentensi) kuleta maana kamilifu ya andiko.

Ndani humu yako maeneo ambako mguso ulikuwa mkubwa, na hivyo uandishi kufuata mtiririko kadri ujavyo pasipo kujali lolote lile. Katika kuenenda huko, yako ambayo yametushtua sisi kama ambavyo yataitikisa roho yako pia. Katika yote humu, hakuna linalo tishia kujali kwetu, kama sisi kukosea kweli yake pasipo kujua, na kwa kufanya hivyo sisi kuishia kukukosesha wewe mtoto wake mpendwa.

Katika fikra hizi, sisi hutamani haya yote yangebaki na sisi pekee yetu, pasipo uhusisho wa kanisa lake hili lote. Kwa sababu hii, wito wa kazi hii sisi tuliuchukulia kwa kujali sana, ili baada ya yote yeye Mungu, na siyo mtu, afurahishwe sana na utendaji wetu. Milolongo ya uhakiki na uhariri ni kwa ajili ya hili zaidi, kuliko yote mengine.

Mpendwa, kazi hii pamoja na kuwa tendo la kiimani kwao walio amini pekee, lakini bado yabaki kuwa vyuo makini sana kwa kila mkufunzi na mwanafunzi wa neno lake. Kitabu kilikuja kiwe uwanja wa wasio amini katika kumpokea Adonai (Bwana) Yeshua[1] (Yesu) kama Kristo (Mfalme) na Mkombozi wao. Pia pasipo mapungufu yeyote, hiki ni waraka wa barazani katika malumbano na wasio amini kwa nini YAHWEH ndiye Mungu pekee, hata astahili kuabudiwa. Na kana kwamba hayo hayatoshi, kitabu hiki kimeandikwa kiwe msingi wa theolojia wa kanisa linalo zungumza Kiswahili, kwani chafaa kwa marejeo (referencing), na machambuzi ya kitaaluma, ili sote tuwe na maarifa na hekima.

Kitabu chako hiki hakifungamani na dhehebu lolote lile, au kuafiki uwepo wa njia nyingine ya kumfikia Mungu YAHWEH, zaidi ya Mwana wa Mungu Adonai Yeshua Kristo pekee. Tunakubali ni Wakristo na Yehudaizimu (Judaism) pekee, ndiyo wenye nafasi ya kuwa na mahusiano na Mungu YAHWEH. Adonai Yeshua Kristo hakuleta dini au dhehebu duniani, bali mahusiano kamili na Mungu YAHWEH. Na kwamba kweli iko moja, na ya pekee kwa wote ulimwenguni, wakati wote, na mahali pote, kwa vizazi vyote milele. Kitabu chako hiki, kimekuja ili kuifunua hiyo kweli moja na ya pekee.

Sasa kwako mpendwa usiye wa imani hii, njoo uchungue uone kati ya hilo lako na hili letu, lipi waona ndiyo kweli? Njoo wewe uliye jasiri wa dini nyingine ujipimishe uelewa wako na kweli hii. Usiogope njoo, kwani Yeshua wetu alituagiza tukupende kama tunavyo jipenda wenyewe. Tazama, tutakupokea kwa heshima na taadhima pasipo kukuudhi, au kuikera roho yako. Tutakukaribisha tukae kitako kujadili kwa urahisi maswali haya sugu, tokea historia ya mtu: -

1. Kwa nini wewe uliumbwa? Uliumbwa ili iwaje? Kwa nini aliumba mwanamme na mwanamke? Hivi ni kweli kwamba sisi tulikuwa manyani kabla ya kuwa watu?
2. Kwa nini ukombozi? Kwa nini Mungu asimteketeze satani mara moja, na wote tukarudia kuishi watakatifu raha mustarehe milele?
3. Na wapi katika dini yako pameandikwa kinaga ubaga pasipo kupinda, vipi wewe waweza kombolewa ili kwenda Mbinguni? Nisomee huo mstari ulipo kitabuni mwako nami niujue?
4. Je maisha ya milele ni kweli? Je gehena (jehanamu) na Mbinguni ni mahali pa kweli? Mtu akifa ana kwenda wapi? Akiwa huko ana fanya nini? Wapendwa wangu walio tangulia katika mauti wako wapi, na wanafanya nini leo?
5. Hivi ufufuo na uchukuo wa wafu ni kweli utakuwepo?
6. Nani ameandika maandiko matakatifu? Kwa nini yaaminike? Je kupo ambako yanapingana?
7. Je ni sahihi kuwa na wake wengi au waume wengi? Ipi ni ndoa ya kwanza? Nini maana ya tunda la mti wa kati? Na je talaka ni sahihi?

Mpendwa, thubutu kufika mwishoni mwa kitabu chako hiki MNNNMA na uone ni finyu vipi maswali haya, kwa mlinganisho na maarifa na hekima utakayo hitimu.

Neno ukombozi ni neno la kisiasa, na ndiyo sababu sisi tulisonga mbele na kulitumia kwa ujumla wake katika maana nyingi zaidi, na zilizo sahihi zaidi katika nyakati hizi za mwisho. Tumelitumia kutafsiri maneno 'Salvation' na 'Redemption' kumaanisha ukombozi ulio tufikia kupitia kazi aliyo ifanya Adonai Yeshua Kristo, mpaka kuikamilisha hapa duniani.

Katika mila na desturi za Kiebrania, majina ya watu au mahali hubeba wasifu wa huyo au hapo. Hivyo jina lako hubeba asili yako (roots), tabia zako (prophetic behaviours), desturi zako (tribal, nation affiliations), visifa vyako (attributes), wasifu wako (personality) na hata imani yako (religion). Ni kwa sababu hizi, juhudi za dhati zinafanyika ndani humu kuhakikisha majina asili yote yanarudishwa mahali pake.

Katika kufanya hivi, tutajitenga pia na wasifu za wahusika wa biblia tokea simulizi nyingine zisizo za imani hii ndani ya lugha ya Kiswahili. Hili ni jambo muhimu sana kwetu katika kuchunga usafi wa wasifu zao kwa kadri ya biblia na siyo vinginevyo. Lahaja ya Kiebrania yalandana sana na ya Kiswahili, hata majina hayo kuandikwa kama yalivyo pasipo tatizo lolote kisarufi au kiisimu.

Sisi hujiuliza sana hili, hivi ipo shida gani kwa kanisa unaye zungumza Kiswahili kusali kwake katika jina ambalo yeye mwenyewe, alimsikia mama yake mzazi akimwitia hilo? Kwa lafudhi ya sauti ileile malaika aliyo agiza hivyo ndivyo wamwite? Jina ambalo hata Baba humwita leo akisubiria lile jipya! Ujadilifu huu hatari haumaanishi kwamba nguvu iko katika jina gani, la hasha! Wewe mwite lolote; Yeshua, Yesu, Yehoshua, Jesus, Yesus, Mungu anaijua dhamira yako nani huyo imwitaye. Maana ya jina Yeshua (Yehoshua) la Kiebrania ni 'Mkombozi.'

Kwa kuwa sasa wajua jina linawakilisha nini, sasa sikia haya. Lugha ya Kiswahili inalo chimbuko lake tokea lugha ya Kiarabu. Waarabu kama walivyo Waebrania, wote ni wana wa Shem (shemitic). Ni kwa sababu hii kila unaposikia katika katika vyombo vya habari vya kimagaribi wakitaja Waarabu ni 'anti-semitic,' yaani 'wanapinga uzao wa Shem,' basi tambua huo ni ujinga wa kukosa maarifa (oxymoron). Ni tokea mahusiano haya ya Kiswahili na Kiarabu (semitic), ndiyo matamshi yako Mkristo huonyesha ijumaa kuwa siku ya saba (7) kwa kadri ya dini yao, na siku ya Shabath (iliyo siku ya 7) kuitwa siku ya kwanza ya juma (yaani jumamosi).

Hivi kitu gani kinazuia hata kalenda za kanisa kuchapishwa zikionyesha Shabath yaani jumamosi, ndiyo siku ya mwisho ya wiki? Hauko ubishi katika Ukristo kuwa; Jumapili siyo siku ya kwanza ya wiki. Waumini wote tunajua, kuwa ni Elohim mwenyewe aliyeipa siku ya saba (7) jina la Shabath, na zote nyingine akizitaja kwa namba ya siku hiyo katika wiki ni ya ngapi. Hivyo ni siku hii pekee yenye jina!

Sasa sikia wewe kanisa unaye zungumza Kiswahili: Tengeneza kalenda yako ionyeshayo siku za wiki kwa kadri ya maandiko kuwa: Sikumosi (jumapili) - Sikupili (jumatatu) - Sikutatu (jumanne) - Sikunne (jumatano) - Sikutano (alhamisi) - Sikusita (ijumaa) na - Shabath (jumamosi). Hivi ndivyo yeye alivyo taja ilivyo, hivyo ndivyo pia sisi watoto wake tutaziita siku. Pia hivi ni makini zaidi, sababu usemapo 'juma' humaanisha 'wiki' ambalo ni siku 7, lakini usahihi ni 'siku' ambayo ni masaa 24 tu. Leo wewe umesikia, hivyo anza kuongea hivi, na hata sisi tutafanya hivyo humu, kudhihirisha kwamba inawezekana kabisa.

AUGUST 2019

Su	Mo	Tu	We	Th	Fr	Sa
				1	2	3
4	5	6	7	8	9	10
11	12	13	14	15	16	17
18	19	20	21	22	23	24
25	26	27	28	29	30	31

Tokea kina cha uelewa huu, ni ushawishi wetu kwako mpendwa kuwa, Mosheh (Moses) siyo Musa, Shelomoh (Solomon) siyo

Selemani, Yosef (Joseph) siyo Yusuf, Yahkob (Jacob) siyo Yakubu, Yitzhak (Isack) siyo Isaka, David (David) siyo Daudi, Iyob (Job) siyo Ayubu, Noakh (Noah) siyo Nuhu, Yeshua (Yesu) siyo Issa, na mengi mengine. Uwepo wa simulizi mbili tofauti juu ya jina moja kwenye mihadhara mitaani, huchanganya waumini. Nenda sasa na ukajitofautishe, hata wao wajue wewe ni wa Mungu YAHWEH katika Adonai Yeshua Kristo pekee.

Shuruti tuwafunze watoto wetu tokea udogo wao kabisa kwamba: **Mungu wa Abraham, Yitzhak na Yahkob, ndiye Baba wa Yeshua Kristo. Hivyo Yeshua Kristo ni Mwana wa Mungu aitwaye YAHWEH. Yeshua Kristo pia yeye ni nafsi Mwana katika Mungu huyo YAHWEH. Na tokea yeye huyu Mungu mmoja, ziko nafsi tatu maarufu kwetu; Mungu Baba (akiwa kichwa kati yao), Mungu Mwana (Adonai Yeshua Kristo), na Mungu Ruak HaKodeshi (Roho Mtakatifu). Mungu Mwana, yaani Adonai Yeshua Kristo, ndiye aliye kuja duniani katika mwili, na kufa mauti ya aibu ya msalaba kwa ajili ya ukombozi wetu. Siku ya tatu alifufuka, na siku ya arobaini (40) baadaye alipaa kurudi Mbinguni. Na huko amekalishwa mkono wa kuume wa kiti cha enzi cha Baba Mungu.** Kinyume na hivi ni uongo, siyo biblia, na wala siyo Ukristo.

Kitabu chako hiki kinawalenga wana-adam wote, tena zaidi-zaidi wale wote walio wana wa Mungu YAHWEH, yaani wale tu walio zaliwa mara pili, hata awaite watakatifu wake (saints). Hivyo shabaha kubwa ni kwao wahudumu wake, yaani maaskofu, mapadri, wachungaji, wainjilisti, watawa, watumishi, wahubiri, wazee wa sinagogi, walimu wa dini wa shule za msingi, shule za sekondari, vyuo na seminari. Pamoja nao hawa, ni wewe mwanafunzi na mkufunzi wa neno lake, na waumini wote wanayo itafuta kweli kujilisha kwa makuzi yao. Pia ni wewe usiye wa imani hii, lakini uko hapa kujua kweli ni ipi. Karibuni sana!

Kitabu hiki hakibaki kwenye nadharia pekee, la hasha, kwani kinaongoza na kuelekeza uponyaji kwa walio hospitalini, kinaleta faraja na uhuru kwa walio kifungoni magerezani, hupanua wigo wa uelewa na hivyo utajirisho na mafanikio kwao wakulima, wavuvi, wafanya biashara, na wafanyakazi. Pia kinasimama kama ushahidi na changamoto kwa wapinzani wa kweli hii, na wale wote wasio amini bali wapendao kujua nini sisi tunaamini. Na mwisho ni kwako msomi utafutaye maarifa bila kujali itikadi au imani, kama baadhi wafanyavyo hata sasa.

Tazama mpendwa, tukisha maliza kulumbana, kuchekana, na kukashifiana; bado suala hubaki lile-lile moja tu: Je nikifa leo, mimi nitakuwa mgeni wa nani huko niendako? Na kikubwa zaidi hapa; ni hakika ya jibu lako hilo kuwa ndiyo sahihi, na siyo ulaghai wa ibilisi satani. Tafakari ...

Kitabu chako hiki MNNNMA pamoja na mapokeo binafsi, ni mkusanyiko wa mafunuo waliyo pokea kaka na dada zetu wengi wengine katika Kristo Yeshua. Hao waliandika au kuzungumza, na Ruak kuleta kazi zake za awali katika usikivu wetu. Kutoa shukrani kwa kila mmoja wao humu, kunahatarisha dhana nzima ya umiliki wa kazi hii kuwa wa YAHWEH. Hayuko mshiriki pamoja naye katika hili, kwani sote tu vyombo tu alivyo tumia kukufikia wewe mpendwa wake. Pale mmoja wetu afunuliwapo kweli duniani, wote hupokea kweli hiyo moja kana kwamba sisi ni wao, na wao ni sisi.

Tokea uelewa huu, na upendo wetu sote kwa Adonai wetu Yeshua Kristo; hapa linatolewa ombi rasmi kwa pamoja kutumia michoro, picha, majedwali, takwimu, ramani, na vyote vingine vitakavyo tumika tokea vyanzo mbalimbali duniani. Hivi vyote vimesaidia kuifikisha kweli yake kwetu sisi tulio wa mwisho kati ya kaka na dada zetu. Kama tukisema maombi na shukrani zitolewe kwao wote hawa, itachukua kitambo, na pasipo utoshelezi. Hivyo basi: **Katika jina la Adonai wetu Yeshua Kristo, tunakuomba Baba Mungu, ukawajali hawa wote, na kuwajulia hali zao, kwa kadri ya kazi zao kwake Mwanao Yeshua Kristo**. Amin

Kitabu kinatumia mfumo wa nguzo za zizi katika kufikisha ujumbe wake, badala ya ujenzi wa ukuta uletao matengano kwa waumini. Mfumo huu wa zizi hakubali uwepo wa kile kinacho onekana kama mgongano wa maandiko katika biblia, tokea upungufu wa uelewa makini wa yote kanisani. Hivyo kama mjenzi wa zizi anaye pigilia nguzo huku na kule, ili kondoo wakae salama ndani mwake, ndicho sisi pia tufanyacho. Ujenzi wa ukuta katika maandiko hupelekea siasa kali, na migawanyiko kundini kama ile ya kimadhehebu.

Mpendwa, vidole vyako vitaendelea kufungua kurasa za kitabu ambacho sicho cha kizazi hiki, bali cha kile kijacho. Kila ufunguapo ndivyo ulavyo akili, nia, na hisia za Elohim wako. Kama waridi lijifunguavyo alfajiri na mapema, ndivyo kweli na utukufu utakavyo mwagwa na Ruak HaKodeshi ndani mwako kadri ulavyo. Hata sasa Ruak HaKodeshi anao moto uwakao ndani yako pasipo uteketezi.

Mungu Baba, katika jina la Adonai Yeshua Kristo, nakuomba, hekima, maarifa, uelewa na imani tokea haya uliyo yafikisha leo mbele za macho yangu mimi kusoma. Naomba unifungue macho yangu ya kiroho nione, na masikio yangu ya kiroho nisikie, na niamini kweli yako. Amin

Faharisi

Chuo cha Kwanza

Mwanzo Mtakatifu & Kuingia Dhambi

1. Mwanzo wa Yote

2. Mpango wa Ukombozi

3. Uasi na Kuingia Dhambi Duniani

4. Agano la Ukombozi

Chuo cha Pili

Fumbo la Ukombozi & Ufunuo wa Ukombozi

5. Toraha ya Yahweh na Ufunuo wa Dhambi

6. Umfano na Mlinganisho wa Yisrael na Kanisa

7. Jinsi ya Kupokea Ukombozi

Chuo cha Tatu

Mwisho Mtakatifu & Kuondoka Dhambi

8. Ukamilifu wa Upendo & Ukombozi

9. Ujio wa Pili wa Yeshua Kristo

10. Maisha ya Milele

7.10 Mafundisho ya Ndoa

Tunajua vema ukati na unyeti wa somo hili mbele zako YAHWEH, kama ilivyo kwa kila mmoja wetu kanisani. Hili ni muhimu na tete kwanza kwako uliye amini, na ndipo wale wote wengine wasio amini. Siyo sisi tulio chagua uwepo wake hili somo humu na hapa, bali ni yeye aliye tutuma kwako atendaye kazi hii yote ndani mwetu, kwa ajili yako mpendwa wake.

Tokea awali ile mpaka sasa, hapa ulipo ndipo mahali sahihi na stahili yako wewe kuelewa jinsi Mungu aundavyo familia yake hapa duniani kupitia wewe. Katika wakati huu uliopo, hakuna popote pengine panapo kupasa wewe kuwepo, bali hapa ulipo. Amekupitisha kote huko ili akulete hapa ku-kutambulisha undani wa ile baraka ya awali kwamba, wewe shuruti utaijaza Dunia kwa kuzaana, na kuongezeka, na kuzidi sana hata kuijaza yote, na kuitiisha hiyo.

Maamuzi haya kukuhusu wewe siyo ya dharura (arbitrary), au kwa somo hili kwamba yalikuja baadaye (after thought) ili kujaziliza nafasi, la hasha! Huu ni mkakati mbinu tokea awali ya yote. Kwa jinsi hiyo leo wewe unavikwa silaha uweze simama mlinzi hodari wa maadili ya YAHWEH katika uundaji wa familia yake hapa duniani.

Katika ujumlisho makini wa maandiko matakatifu tunaweza kufupisha kwa kusema; lengo la ndoa ni kuzaa watoto (familia ya Mungu), na hivyo sababu ya ndoa inakuwa kuijaza Dunia. Kwa mantiki hii basi, tokea awali yeye aliye isimika ndoa duniani, aliifanya shuruti iwe kati ya mtu mume na mtu mke. Ni tokea uelewa huu utaona maandikoni, wanaume wagumba na wanawake tasa, kutaabika sana kwake Mungu YAHWEH awapatie mtoto, ili nao watekeleze sehemu ya nafasi zao katika hili.

Ndoa ni utaratibu maalumu wa kimahusiano kati ya mwanaume na mwanamke ndani ya jamii, ambao tokea huo wao hutambulika kama mtu mume na mke. Tokea uhalalisho huu ndani ya jumuiya yao, ndiyo huwezekana kwao kufanya maingiliano ya kimwili kuurejelea umoja wao walio umbiwa awali. Ni katika umoja wa mahusiano na mwingiliano huo kati ya mume na mke, ndiyo tendo la ndoa huchukua mahali stahilifu. Uasi wa kufanya mwingiliano huu nje ya wanandoa kati ya mtu mume na mtu mke hujulikana kama uzinzi au uasherati. Na tendo hili kati ya wale wa jinsia moja ni kufuru[2] (abomination).

Sasa fungua macho na uone, wakati tendo la ndoa ni baraka ya kuzaliana na kuongezeka hadi kuijaza Dunia, matendo ya uasherati na uzinzi ni kuzini kuliko dhambi na hivyo laana. Tendo hilo ndiyo laana na siyo hao watendao, au hicho kizaliwacho. Adui yako ibilisi lucifer hawezi tengeneza jipya katika hili, bali kuchafua lile jema tulilo zawadiwa.

Hakuna furaha iletayo raha kuu, kama kufunga ndoa (marriage) katika usafi wa ubikira. Hakuna lizidilo hili katika harusi (wedding), na hususani siku ya fungate (honey moon). Kwa jinsi hizi tendo la ndoa ni furaha na haki nuruni mbele ya halaiki ya jumuiya, lakini tendo la kuzini ni aibu katika usiri wa giza la kujificha.

Hili sasa ndiyo hitimisho letu kwamba: mtu ni mbegu kama mbegu zote nyingine alizo pewa adam (mtu) bustanini Eydeni na Elohim. Kama ilivyo mpasa kutenda kwa mbegu hizo, ndivyo ilivyo mpasa yeye pia kutenda katika uzaliano kuongezeka hadi kuijaza Dunia. Kama hivi ndivyo, basi mwili wa mtu pamoja na kumtumikia Mungu, pia ulifanyika kwa ajili ya ndoa, na ndoa kwa ajili ya kuzaliana, na kuzaliana kwa ajili ya ongezeko la watu hadi kuijaza Dunia.

Mpendwa upo hapa ili kuitambua tena ile baraka yake ya awali ya yote, uliyo isikia kwa masikio haya mawili akisha kukufanya (made), pale alipo tamka kwako akikubariki hivi: ... *Zaeni matunda, na muongezeke, na muijaze Dunia, na muitiishe hiyo; na muwe na mamlaka juu ya samaki wa baharini, na juu ya ndege wa angani, na juu ya kila kiumbe hai ambacho chatambaa juu ya nchi. ...* [Mwanzo 1:28].

Uko hapa mpendwa ili kuelewa jinsi sahihi ya kuzaliana na kuongezeka kwa ajili ya watoto wa Elohim duniani. Uko hapa kutambua vipi Wakristo tutaijaza Dunia, na katika milenia kuitiisha pamoja naye. Utiisho huo haukuwa juu ya mtu mwenzi wako, bali viumbe wote wengine. Utawala na mamlaka ya mtu mume kwa mtu mke yalitokana na laana baada ya uasi, pale Mungu alipo mlaani Havaa akiongeza maumivu ya uzazi katika kujifungua ujauzito, ili katika masononeko azae wana, na kwamba matamanio yake yawe juu ya mume wake, naye huyo atatawala juu yake.

Laana hii (ya mwanamke kutawaliwa na mwanaume) kama zote nyingine, hukomeshwa na ukombozi wa neema katika Kristo Yeshua pekee. Utambuzi huu hufanya wanawake wote wasio kombolewa kuwa bado chini ya laana hii. Na hakuna harakati au mapinduzi yeyote ya kijinsia (gender equality/ neutrality) duniani yatakayo weza badili hili, isipo kuwa kupitia neema hiyo pekee.

Mpendwa, uwepo wako hapa ni kwa mtego wa kiungu, na siyo sisi watu wenzi wako. Sasa pasipo kujali asili yako, au taaluma yako, au nafasi yako katika jamii, au chechote kile ujichukuliacho wewe kuwa tofauti na wenzi wako; hapa unaitwa kuandika maswali yeyote yakusumbuayo kuhusiana na ndoa, au jinsia tofauti na yako, naye atayajibu yote kabla ya wewe kufikia mwishoni mwa somo hili.

Vipi hili liwezekane, ni kwa sababu yeye ndiye aliye soma hayo katika milele (eternity), na kuja hapa wakatini (in time) akujibu rasmi. Tulisha-sema awali humu ndani, ni yeye Adonai Yeshua aunganishaye wakati na mahali pako ulipo, kwa wakati wetu na sisi tulipo, kuwa pamoja katika Ruak HaKodeshi. Je umeshamaliza kuorodhesha maswali yako kuhusu ndoa au mahusiano ya kijinsia?

Eeh Baba Mungu, wewe ndiye ujuaye siri na nafsi za kila aliye diriki kuandika swali, au maswali kwako, tokea elekezo hilo hapo

juu la sisi watoto wako. Katika jina la Adonai Yeshua Kristo, dhihirisha tena kwake huyu kwamba; ni wewe ndiye uliye tutuma sisi watoto wako kwake. Amin!

Pamoja na maswali yako hayo mpendwa, haya ni yetu sisi kama dira iongozayo usukani wa somo na mada yake hii ndani humu kitabuni mwako: nini maana ya ndoa? Ndoa ilianza vipi? Nani alifanya ndoa ya kwanza? Je ndoa ya pili ilifungwaje kama siyo kati ya wana ndugu? Je ndoa ya asili ni ya mke mmoja ua wake wengi? Kwa nini hakuna ndoa ya waume wengi kwa mke mmoja? Andiko lipi lapiga marufuku ndoa za mitala? Je uko usawa ndani ya ndoa kati ya mume na mke? Nini ilikuwa maana ya usaidizi wa Havaa (mke) kwa Adam (mume)?

Pamoja nayo hayo ya msingi, ni haya ya sekondari: je mtu wa miaka mingapi aruhusiwe kuoa au kuolewa? Je ni haki na stahili ya kijana na binti kuchaguana? Je mwanamke mjane anaweza kuolewa tena? Vipi vigezo vya mume/ mke mwema? Ipi tofauti ya uasherati na uzinzi? Je harusi inatakiwa kuaje? Je ni sahihi kula kiapo cha shida na raha katika ndoa? Je ni sahihi kufunga ndoa kwa hati ya serikali iruhusiyo talaka? Je ugumba au utasa ndani ya ndoa ni sababu tosha ya kuivunja ndoa? Je talaka ni halali kwa ndoa isiyo kuwa na tendo la ndoa?

Na sasa ni haya ya daraja la tatu: Je majitu ni nani na wamekwenda wapi? Je wako viumbe wengine (alien) ulimwenguni wenye utashi na ufahamu kama wetu? Biblia inasemaje kuhusu kutumia kondomu au kufunga kizazi (vasectomy)? Je ni sahihi kutoa talaka na kisha kuoa tena? Lipi kosa la kutoa mimba kwenye maandiko? Ni sahihi kwa aliye zaa nje ya ndoa kutengwa na sinagogi? Ni sahihi kwa aliye zaa nje ya ndoa kutoshiriki Meza ya Adonai? Lipi kosa kubwa kati ya kutoa mimba nje ya ndoa, ua kuzaa nje ya ndoa? Andiko lipi lazuia kujamiiana watu wa jinsia moja?

Na mwisho kabisa ni yale yote ya jinsi hii: nionyeshe andiko linalo kataza mwanaume Mkristo aliye na mke kufanya makubaliano ya maingiliano ya kimwili (sexual intercourse) na binti asiye Wa-Kristo, na ambaye hana ubikira, wala kuchumbiwa, au kuolewa?

Sisi tunawajua watu ambao tokea maswali haya, wengine wametengwa na ushirika wao, wengine wameacha kabisa kujumuika na wenzi wao sinagogini, na hata wengine wameiacha imani na kupotelea mbali. Kihistoria tunajua kule ambako Kanisa lilimeguka tokea maswali haya. Ni katika hali hizi, Mungu YAHWEH anajua uhitaji wa somo hili kati yetu tuzungumzao Kiswahili.

Lakini kwako wewe muadilifu wake, au wewe uliye na nidhamu ya kitisho cha dini, mengi ya haya maswali ni kichekesho. Hivyo kabla haujavunjika mbavu, je walijua andiko saidizi kwao hawa linalojibu moja kwa moja swali lake huyu mwenzi wako? Unaweza ukalichungua hilo andiko linacho sema, na wewe ulicho fikiria au fundishwa linasema? Tunamaanisha fungua biblia yako na ulisome ukilichungua kwa binafsi yako.

Tena mpendwa usishangae kwamba, maswali haya siyo kwa ajili ya wale walio nje ya kundi, haya ni kwa wale walio zizini pekee. Kama wewe uko nje ya maagano yetu, nini hicho kikuzuiacho kuishi kama mnyama, na hivyo kuisubiria hukumu kwa toraha? Ni kwa toraha pekee sababu mara lukuki ndani humu, wewe ulipewa nafasi ya kuipokea neema kwa imani, lakini ulipuuzia fursa hizo zote kana kwamba hazikuhusu. Hata sasa umeukunja uso wa roho yako, kwa sababu tuna-kichonoa kidonda cha moyo wako.

Ni furaha ya Mungu YAHWEH wewe uyajue haya yote, tokea mtiririko huu hapa chini, kama ifuatavyo: -

1. Ndoa ni nini?

i. Tafsiri, Dhana ya Umilele, na Talaka.

1. Asili ya ndoa

i. Kufanyika kwa Havaa,
ii. Ndoa ya Kwanza,
iii. Ndoa ya pili.

1. Wana wa Mungu na Binti za Watu.
2. Kanuni za ndoa Kihistoria

i. Adam mpaka Noakh,

i. Noakh mpaka Abraham,
ii. Abraham mpaka Mosheh,
iii. Mosheh mpaka David,
iv. David mpaka Yeshua Kristo,
v. Yeshua Kristo mpaka Milenia.

1. Taratibu za Ndoa

i. Vipi Ndoa Huanza.
ii. Nafasi ya Jumuiya na Jamii.
iii. Vipi Ndoa Huisha.

1. Utasa, Ugumba, na Ujane.
2. Watoto.

Ndoa ni Nini?

Ndoa ni mu-unganisho kati ya mtu mume na mtu mke (aidha muumini au asiye muumini) katika urudio wa kinafsi na kiroho ndani ya mwili mmoja kwa mfano wa jinsi mtu ulivyo umbwa na kufanywa awali (Mwanzo 2:20, 5:2). Muunganiko huu wa kindoa kati ya mtu mume na mtu mke kuwa mtu mmoja, hutapakaa katika maeneo yao yote kiuchumi, kijamii, na kiutawala katika kuitiisha hii Dunia. Ni katika urudio wao huu wa umoja; ndiyo ilitakiwa mtu huzaana, kuongezeka, na hata tuijaze Dunia.

Tafsiri hii yasimama juu ya nyakati zote, vizazi vyote, na pasipo kujali sheria za nchi yeyote zisemavyo kuhusu ndoa ni nini. Hivi ndivyo mwanzilishi wake, na muumbaji wako alivyo isimika iwe, ili wewe utii na kutimiza matakwa yake siku zote za maisha yako. Kanuni na misingi yake hii iko juu ya uelewa wote, maarifa yote, na matendo yote ya mtu.

Lengo la ndoa linabebwa na maana yake kwamba, ni kuzaliana kuijaza na kuitiisha hii Dunia. Hivyo katika baraka ile ya awali (Mwanzo 1:28, 9:1), yatupasa kufanya ndoa, na kisha kuzaa watoto hata tuijaze hii Dunia. Kampeni na harakati za uzazi wa mpango (family planning), ni matokeo ya mbinu na hila za adui (satani) katika kuongoza uasi kwayo baraka-amri hii.

Matumizi ya kondomu ni sawa na kufuru isemayo: mbegu za uzazi tulizo pewa na Mungu ni kwa ajili ya starehe na siyo kuzaa watoto. Hivyo kufunga kizazi (vasektomi) ni sawa na wewe kuikataa baraka hii ya YAHWEH. Kutoa mimba (abortion) ni mauaji (murder), lakini kutoa mimba kwa ajili ya kuhifadhi uhai wa mama ni uchaguzi wa haki ustahilio toba ya uaji (killing) inayo kubalika. Toba hii ni sawa kabisa na ile ya polisi anapoua akiwa kazini, au mwanajeshi akiwa vitani.

Kwa kuwa baraka hii ilitolewa nyuma kabisa kabla ya Abraham, tena hata kabla ya uasi kuingia duniani, basi ni fikra zetu kuwa, ilitolewa nje ya dini. Hivyo ilitolewa kwao wana-adam wote kutekeleza hili, aidha una amini katika Mungu YAHWEH au lah. Hili ni kama baraka ya mvua ifanyavyo ku-upatia uumbaji wake chakula pasipo ujalifu wa imani zao kwake. Tokea uelewa huu sasa, neno muunganiko mtakatifu halipo kwenye tafsiri yetu ya ndoa juu. Sababu taasisi hii imepewa kwa watu wote waishio duniani. Na hapa ndipo uelewa wa somo na mada ulipo.

Ilitambulishwa tokea mwanzoni mwa kitabu chako hiki kwamba, lengo la Baba Mungu tokea awali ya yote ni kuwa na familia. Na hiyo familia ni kwa mfano wa jinsi Mungu Neno (Yeshua) alivyo kuwa kwake kabla ya kuwekwa kwa misingi ya ulimwengu. Adam pale alipo umbwa (created) alikuwa pumzi ya uhai wake, na pale alipo mfanya (made) akawa mwonekano wa taswira yake. Huyu ndiye aliye fanyika mbegu, ili tokea yeye sisi sote kwa wingi wetu huu wote tuwe watoto wake.

Hivyo pale mtu alipo anguka katika Adam, hapo ndipo mpango wa ukombozi ulitiwa kazini, ili kupitia mfumo wa kiagano aweze komboa watoto wake (kusanya mavuno yake ghalani). Ni kwalo hili Abraham alifanyika wa kwanza, hata watoto wake yeye walio wengi kama mchanga wa pwani (Yisrael), na wengi kama nyota za Mbinguni (Wakristo), sote tufanyike pia wana wa Mungu YAHWEH. Ndipo kwisha kupita zama hizi za neema ya kanisa, mazizi haya mawili ayafanye kundi moja katika Adonai Yeshua Kristo, tokea milenia mpaka milele yote (Mwanzo 22:17, 26:4, 32:12, Kutoka 32:13, Yeshayah 10:22, Hosheyah 1:10, Warumi 9:27, Waebrania 11:12 na Yokhana 10:16). Amin

Hivyo kwa ajili ya utimilifu wake haya yote, na pasipo kujali aidha ni muumini au lah (sababu sisi hatujui yupi atakombolewa au yupi hapana), hii baraka-amri ya kuzaana hadi kuijaza Dunia, huwa kazini wakati wote kama kanuni ya graviti[3] ilivyo kazini wakati wote. Ni kwa jinsi hii matamanio ya kijana kwa binti ni ya kudumu, kama vile ya mke kwa mumewe yalivyo.

Siku zote neno hili la kuzaana hadi kuijaza Dunia, huita wanandoa kupitia nyege na ashiki, ili ku-usukuma mwili kutimiliza umbegu wake. Hufanya hivyo pasipo kujali wewe ni mlokole au mpagani, hivyo unakuwa wajibu wako muumini kuenenda kwalo hili katika misingi yote iliyo simikwa na toraha. Tendo la ndoa, ndiyo kinyume cha uzinzi na uasherati, na kwalo hilo pekee (yaani katika ndoa), ndiyo muumini utafanya maingiliano ya kimwili. Hivyo usiye na ndoa, shuruti utasubiri ndoa yako, hata uvunje ubikira kwa fungate la ndoa hiyo (consummation of marriage).

Adui katika kuelewa nguvu hii ifanyavyo kazi wakati wote, ndiyo sababu aliona hawezi ipinga, bali ni vema aipindishe kuielekeza kule isiko stahili. Hivyo aliwafunza walio wake kuitumia kama njia ya kufikisha haraka na kwa ufanisi ujumbe wa kibiashara, sababu nguvu hii huunganisha sehemu maalumu za ubongo (conditioning), na huvuta macho ya walimwengu kutizama. Kwa mteja mke, ni mtu mume, na kwa mteja mume, ni mtu mke kwa hicho wafikiriacho chatosha matangazoni kuweka picha ya kudumu akilini mwako (association) kuhusu bidhaa yao hiyo.

Uzuri wa picha hiyo ionekanapo, ndiyo hufungasha nguvu hii ya asili kama jua livunwavyo kuzalisha umeme jua. Ni kujisikia huku vizuri ubongoni mwako kunako wekwa na tangazo, ili kukuza mahusiano ya kujisikia huko vizuri (subliminal association) na bidhaa yao. Hivyo iwe jambo la awali (priority) kwako kuitaka (hata kama hauna uhitaji) hata uinunue. Urudifu wa tangazo ni kwa ajili ya kujenga uzoefu wa hali hiyo (conditioning) hata usiwepo utofautisho kati yake hali hiyo na bidhaa yenyewe. Watu wengi sana wavutao sigara na kunywa bia au soda, ni wahanga wa mitego hii pasipo ufahamu wao.

Huku ndiko kupindishwa huko kwa nguvu baraka-amri hii. Hivyo kama mazingaumbwe, kwa jinsi hii ameitumia kama kiini macho na hata aweze vuna kwa kupindisha nguvu asili yake. Ni upindisho huu usio rasmi uamshao ashiki na nyege zilizo fungiwa ndoani, kujitokeza barabarani kadamnasini pasipo soni[4] wala heshima. Furaha ya ubikira katika fungate la ndoa kwenye siku ya harusi hugeuzwa aibu, na chukizo la uamsho huu wa tamaa kuwa usasa (trend) na mtindo (fashion) wa wajanja. Ni kwa hivi adui huigeuza kwa ulaghai kweli kuwa uongo, na uongo kuwa kweli (kiini macho), na tena iwe kana kwamba hajafanya hivyo.

Pamoja na ujuvi wake wa kutenda hivi kwa hili, bado kivuko kimoja hakiwezi; kamwe ashiki na nyege za mwilini haziondoi uwako wa tamaa mwilini. Kiu na moto wa uwako wa tamaa yeyote ile, hukamilishwa tu na mahusiano binafsi ya kiroho kati yako mpendwa na YAHWEH Mungu wako. Ni hivi tu moto wa matamanio huzimika na kukoma kabisa, na kamwe siyo kwa kujizuia kwako. Kama yuko aliye fanikiwa kwa kujizuia, haya shime na anyoshe mkono wote tumpigie makofi ...

Kuhusu matumizi mema ya nguvu hii, ziko simulizi za kale ya zamani ya Yisrael kule Misri isemayo kwamba, kutokana na ufanyishwaji kazi mwingi utumwani, wanaume wa Yisrael walifika nyumbani hoi taabani kwa uchovu na kuishia kulala tu. Hivyo walishindwa kutimiza wajibu wao kindoa. Ni hapa ndipo wanawake wa Yisrael walipoanza kutumia muda kwenye vioo kujirembesha kila jioni, ili kuwa-tamanisha waume zao pale warudipo nyumbani.

Maandiko yafichua ni kwa vyombo hivi vya kujirembeshea kila jioni, ndivyo kwa ajabu ya macho yao, na kwa fumbo la YAHWEH Mungu wetu, Mosheh aliagizwa nje ya utumwa kule jangwani, atengenezee guduria lihifadhilo maji ya kunawa miguu makuhani pale waingiapo tabanakoni. Je wewe wafikiri ni nini hicho alicho wafumbia Yisrael kwa ukivuli huo? Mpendwa, ibada ni kivuli cha tendo la ndoa, wewe huingia ndani ya YAHWEH kiroho na kinafsi, na makuhani wote katika tendo hili la kuabudu, hufanyika mwili mmoja uitwao leo Kanisa.

Na hili huwezekana upendoni tu, kama utachukua muda katika mwili kujitayarisha kwa ajili yangu. Hivyo tabanako ni kivuli cha hekalu, hivyo mwili wako kanisa ndiyo hekalu langu. Hivyo siyo wewe tu uingiaye humo, bali hata Yeshua na Baba wako humo, kwani Roho wao ndiye mtangulizi wao humo. Kule jangwani walimwita Utukufu wa Shekinah.

Ni kwa sababu hii kutambikia au kupiga ramli ni ukahaba, kwani wewe uliye wangu hujiunganisha na mwingine asiye wako. Msalaba wangu ndiyo pete ya harusi ya Kanisa na YAHWEH, ili kwao lengo na nia ya familia ikamilike. Hata leo hii wewe siyo wako bali wangu, hivyo geuka kimbia kurudi nyumbani, kwani aibu ya uchi wako wameiona adui zako, na lengo lao ni kuitoa thamani yako hata uwe kama taka za chooni. Rudi nyumbani, sababu bado wewe unathamani kwangu. Hakuna ajuaye siri zako nami, kwani nazitunza milele.

Kimbia aibu, hawakupendi wewe, wanataka kuiona aibu yako tu, ili wakucheke na kuona vipi uta-wasujudia, vipi wao walio chini yako, wata-jiinua juu yako. Wanataka heshima yako, wanataka uwe kama wao. Hawafanyi mapenzi na wewe, la hasha! Wanahamishia uchafu wao kwako. Wanarushia uzuri wako kinyesi. Wamekupaka matope mwili mzima, ili nia yako ife, na thamani yako kwangu itoke.

Mimi nilikuweka huru, na leo nimekufikia tena. Haijalishi hali yako, au vipi umedhurika, na vipi wamekudhalilisha, kwa damu nitakutakasa, na kwa utukufu nitakuvika vazi lako la mamlaka tena.

Kamwe sitakuacha, wala kuruhusu aibu ikufike tena. Hii ni ahadi kwa wote walio wangu! Kila asikiaye na aseme; amin. Amin! Amin! Amin!

Hata sasa ndoa ndiyo taasisi ya kale zaidi, na kwayo pekee ndiyo nia ya YHWH ya kuijaza Dunia kwa wana wa watu itakamilika. Kanisa usidanganywe na ulaghai ya kwamba, idadi ya watu yazidi uwezo wa kujikimu barani Afrika. Mlipuko wa idadi ya watu huko bara Ulaya ndiyo ulio pelekea uhitaji (demand), na toka huo uhitaji, mapinduzi ya viwanda (industrial revolution), ili kujitosheleza (supply). Na leo hii tunaona hili kujirudia tena bara Asia, hususani China na India. Je mpasuko wa idadi ya watu Afrika unafikiri utaleta vifo tu na maradhi pasipo heri? Hivi umeshajiuliza nani mtunzi wa hofu hii?

Tunao ongea Kiswahili tuko wachache sana, na shuruti kanisa utangulie mbele kuifunza baraka na kuhubiri utii wa kuijaza na kuitiisha hii Dunia. Kwa nini unafikiri hakuna sera za kijamii (au asasi) zifanyazo hakiki na usaidifu wa kutatua tatizo la ugumba na utasa? Haya mawili huenda kinyume na ile baraka, na hivyo ni ya laana. Kama ni ya laana, basi ni ya satani, hivyo walio wake shuruti watayafungia macho, kwani macho yao huyatazama yale ya baraka kuyathibiti. Fuata mtiririko wa asili ya fedha zitumikazo kwa yote mengine, uone ni nani anafadhili au changia nini, kisha jiulize kwa nini, au kweli ya agenda hiyo ni ipi?

Tafsiri, Dhana ya Umilele, na Talaka:

Kwa utangulizi huu makini na murua shuruti sasa wajua kuwa; ndoa ni taasisi kamilifu iliyo simikwa na Mungu YAHWEH (Mwanzo 2:24), kwa ajili ya mahusiano yakubalikayo kati ya mtu mume na mtu mke hapa duniani (Matityahu 19:6). Ni hivi kutokana na jinsi alivyo tuumba, kwa lengo la kuzaa, kuongezeka, na hata kuijaza Dunia tukiwa watoto wake (Mwanzo 1:28), na yeye Mungu wetu (Yeremiah 24:7, 31:33, II Wakorintho 6:16).

Hivyo mtu huyu mume au mtu huyu mke, shuruti wasiwe na hati nyingine ya ndoa wakati wa ufungaji wa ndoa yao, yaani asiwe mume wa mke mwingine, au mke wa mume mwingine. Wajibu wa hili uko kidhamira kati ya wana ndoa hao kwanza, na pili hukazwa kwa sheria za jamii husika katika kuzuia mafarakano na adhabu ifungamanayo na kosa hilo. Ni vema zaidi wana ndoa waingie katika tendo la ndoa kwa hiari, na kwa ridhaa ya mioyo yao.

Upendo (love) wa mume kwa mke ni shuruti, kama kulivyo kujikabidhisha (submission) kwake mke kwa mume. Wote mitume wawili walio mbele za wenzao, na hata Luka katika uandishi wa kitabu cha Matendo awalinganishe kwa yanayo tokea katika huduma zao (ministry), yaani Kefa na Shauli walizungumzia haya hivi:

I Petros 3:1,5 ... *Hivyo-hivyo, <u>nyie wake, jikabidhini</u> {jiwekeni chini ya uongozi, mtii} <u>kwa waume zenu</u>; ili, kama yeyote haamini neno {la Mungu}, hao pia pasipo neno waweze jumlishwa {kundini} kwa tabia {na maongezi} ya wake; ... Kwani kwa jinsi hii katika wakati wa zamani wanawake watakatifu pia, ambao walimtegemea Elohim, walijirembesha wenyewe, <u>kwa kujikabidhisha kwa waume zao</u>:* ... [Tumepigia mistari kuonyesha msisitizo].

Waefeso 5:22-23,25 Wakolosai 3:18 ... *Wake, <u>jikabidhini</u> {jiwekeni chini ya uongozi, mtii} <u>wenyewe kwa waume zenu</u>, kama ni kwa Adonai. Kwani mume ni kichwa cha mke, tena kama Kristo alivyo kichwa cha eklesia {sinagogi, kanisa, kusanyiko}: na yeye ndiye Mkombozi wa mwili.*

... Waume, wapendeni wake zenu, tena kama Kristo pia alivyo lipenda eklesia, na kujitoa binafsi kwa ajili yake hilo; ... Wake, jikabidhini {jiwekeni chini ya uongozi, mtii} wenyewe kwa waume zenu, kwani hivi ndivyo istahilivyo katika Adonai. ... [Tumepigia mistari kuonyesha msisitizo].

Ukati na unyeti wa hizi dhana mbili za mume kumpenda mke, na mke kujikabidhi kwa mume, msingi wake uko maandikoni kwa kina na wingi huu. Dhamira ya Mungu kwalo hili hudhihirishwa hata na jinsi alivyo tuumba, kwamba mtu mke na avutie machoni, hata ainue pendo la mtu mume kwake amfuate na kutaka amchumbie kuwa mkewe (kamwe siyo kumtongoza awe mpenzi wake). Mtu mke hakuhitaji avutiwe (hivyo muonekano wa mtu mume ukawa siyo hoja), bali abaki raha mustarehe katika ubikira akisubiria kutongozwa na posa ya ndoa wanayo pewa wazazi wake.

Sasa basi, yule aliye fanyika awali, ndiye aliye onyesha uhitaji wa msaidizi. Hivyo katika uchaguzi wake wa msaidizi huyo, pale alipo letewa Havaa, yeye alionyesha upendo (love), kwani kupenda ndiko kuchagua. Hivyo kwake huyu aliye onyeshwa upendo, yeye alitakiwa aujibu huo kwa kujikabidhisha (submission). Tokea asili yetu hii hata sasa, kupenda ni kwa mtu mume, na kujikabidhisha ni kwa mtu mke.

Hiki tulicho sema ndicho kiini cha mahitaji yote ya wanandoa, kwani kwalo hili mme na mke hurejelea umoja ule mkamilifu kabla ya ugawanyo wao. Tazama mpendwa, hata leo majumbani mwote duniani; mke hudai apendwe na mumewe, na mume hudai (kwa lugha ya leo), aheshimiwe na mke wake. Wao hutafsiri kuheshimiwa huko kuwa ndiko: kusikilizwa, kuaminiwa, kushauriwa, na zaidi-zaidi ni kusimama pamoja naye katika yote anayo pambana nayo, ili atosheleze mahitaji ya mji na familia yake. Je siyo katika haya ndiko kujikabidhi kwa mke hudhihirika? Katika mji wako, mkeo na awe malkia, na mume mfalme. Na wake hutafsiri kupendwa kwao kuwa: ni pale mume amwonyeshapo mapenzi, kuwa hakuna aliye zaidi yake, tena abembelezwe, na kudekezwa nyumbani mwake. Kweli hii hubaki hivi hata ndani ya ndoa za mitala, au ya zile za wasio amini.

Tunataka mpendwa uwe mwerevu katika hili, tokea awali hii ya uumbaji, mtu mume alikuwa kiongozi, na mtu mke msaidizi (ezer) wake (Mwanzo 2:18-20). Hapa tunarejelea hali inavyo stahili kuwa ndani ya familia leo tokea zama za kabla ya uingio wa laana. Kwa uingio wa laana, siyo tu mtu mume alibaki kuwa kiongozi, bali hata utawala (mashal) wa mtu mke ulipewa kwake (Mwanzo 3:16). Hivyo katika uelewa wa utaratibu huu, kichwa cha ndoa na familia hata kabla ya uasi, Mungu YAHWEH alishampa mtu mume (Waefeso 5:21-33, Wakolosai 3:18-19, I Timotheo 3:11-12, 4:7, I Petros 3:1-7, Tito 2:4-5).

Hiki kinacho funzwa hapa kwako mpendwa, siyo nadharia ya mfumo dume, au fikra za watu wa kale, bali ni kweli ya maandiko pasipo ujalifu wa aidha fikra zako au hisia. Chungua maandiko na uone, Mungu Baba ndiye kichwa cha wote katika vyote, na Adonai Yeshua chini yake, akiwa amepewa uumbaji wote kwa sasa chini yake mpaka kipindi cha wakati kikamilike na sote kuirudia milele. Dunia amepewa mtu mume na mke katika umoja wao wa awali kabla ya utenganisho.

Sasa wewe unajua kati yao hawa, ni mume aliye na madaraka juu ya mke. Naye mke ni mtawala wa mji (nyumba) na watoto, akiwa kiongozi wa wote na vyote ndani humo isipo kuwa mume. Tokea pateni hizi, sasa waweza ona maandikoni kuwa, nafasi ya mtoto wa kwanza wa kiume iko juu ya wenzi wake wote. Pia utaona baba wa mji anayo mamlaka ya kumchagua mwingine wa kiume katika nafasi hiyo yake, pale yeye atakapo kuwa hayupo tena duniani.

Kwake Mungu YAHWEH kila kitu kina jinsi na mpangilio wake (orderly) pasipo uhitaji wa hata tone la fikra chafuzi za mtu tokea itikadi au falsafa ya wakati fulani katika vizazi vyao. Kweli yake ni moja, nayo yatawala vizazi vyote milele. Kama bado watia shaka maongozi yake kwetu hapa, tazama alicho mwongoza mtume Shauli kukuandikia kwa I Wakorintho 11:3 ... *Lakini mimi ningetaka nyie mjue, kwamba kichwa cha kila mwanaume*[5] *ni Kristo; na kichwa cha mwanamke [ni] mume*[6]*; na kichwa cha Kristo [ni] Mungu {Baba}. ...*

Kwa Adam na Havaa zawadi ya mke na mume hutangulia furaha zote, kwani kwalo hili walirejelea ule umoja wao wa awali. Lengo la kujenga familia pamoja ndiyo msingi wa yote, sababu katika hili umbegu wa mtu hukamilisha baraka-amri ya Mungu kuzaa na kuongezeka hadi kuijaza Dunia. Na hii pekee ndiyo nia ya Mungu hata leo hii duniani – awe na familia yake takatifu katika kila kizazi (generation).

Katika ndoa hii ya kwanza, tunaona Adam akimpenda Havaa kwa hiari, naye Havaa kujikabidhisha kwake kwa hiari. Tofauti na ndoa zote zilizo fuatia, hawa walikuwa wamoja kabla ya kuwa wawili, hivyo hawa walikuwa wanajua fikra na hisia za kila mmoja barabara. Havaa aliujua vema mwili wa Adam, lakini ulimbwende wa mwili mpya wa Havaa, lilikuwa jambo jipya kwa Adam, hata kuwasha tamaa juu yake. Na hili lili-mfurahisha sana Havaa, kama vile lilivyo mfurahisha Elohim Muumbaji wake.

Mwili wa mwanaume ulipewa misuli ili afanye kazi kuitunza familia yake (Mwanzo 3:19). Alitakiwa atangulie mbele katika ujasiri na ushupavu kuilinda na kuitunza familia kwa mahitaji yao yote maishani (I Timotheo 4:8). Lakini uzuri na ulimbwende wa maungo alipewa mwanamke. Je yuko mtu mume hata leo abishaye ushawishi wa Havaa katika sauti yake nyororo, ulegezo wa macho, na uteketeke wa maungo yake pale alipompa Adam kula tunda la mti wa kati alilo ambiwa asile? Chungua maandiko uone yalivyo bayana kuhusu hili mpendwa, ni Havaa aliye danganywa, hakuna aliye mdanganya Adam! Yeye alikuwa tu hoi bin taabani hajiwezi mbele ya ulimbwende wa Havaa.[7]

Uko utani kati ya wanasaikolojia kuhusu hili, kwa simulizi ya daktari mmoja aliyetaka kufanya mabadilisho ya ubongo wa mtu mke, na hivyo kuhitaji familia kununua toka maabara maalumu. Kwa kuwa familia ilishikwa na kihede cha utisho wa gharama, hivyo katika kutuliza kusanyiko lile la wana ndugu wengi, aliwapoza kwa kuwaambia, wasipatwe na wahaka wa moyo, kwani thamani ya ubongo wa kiume ndiyo gharama kwa mara 3 ya ubongo wa mwanamke. Pamoja na kwamba habari hii ilikuwa njema kwao, lakini iliinua utofautisho uletao muasho akilini mwa akina mama walio kuwepo, na fahari ya hadharani toka nyusoni mwa akina baba walio kuwepo hapo.

Hivyo katika kina cha uzaifu kwa ajili ya aibu hii, sauti nyonge ya kike toka kundini hapo iliuliza kwa mfadhaiko: kwa nini ni hivyo? Pasipo usito wala kufikiri daktari alijibu: ni kwa sababu wanaume hawatumii ubongo kabisa, kama akifanya kitu basi hushika hilo mpaka mwisho huku akipinga maingilio ya aina yeyote ile. Ni kwa jinsi hii wao hupanda vyeo kwa wingi makazini sababu ya uzingativu huu (focus). Sasa malizia wewe mpendwa simulizi hii ya kufikirika ni nini kilicho tokea hapo. Fikra zako ni sahihi kama zetu!

Hebu tazama hili: nakumbuka mama alikuwa na uwezo wa kumsuka mdogo wangu wa kike, huku aki-mnyonyesha mtoto, na hapo hapo akimwongelesha baba anaye angalia mpira kwenye luninga kuhusu biashara ya mke wa mchezaji anaye mshangilia. Wakati haya yanaendelea, baba alikuwa hapendezwi na kukereka na mwingilio wa usikivu wake. Sasa najua kumbe yeye ilikuwa akichagua kumsikiliza mama na kuacha kuangalia mpira, au kuangalia mpira na kuendelea kumwitikia mama lolote asemalo.

Wakati haya yote yakiendelea, bado mara kwa mara mama alikuwa akifuatilia mdogo wetu mwingine wa kiume aliye sehemu nyingine kabisa ya nyumba (hata asimwone), lakini akimkataza nini asifanye huko. Kana kwamba hii haitoshi, huendelea 'kumburudisha' baba kwa habari za nyongeza kama uzuri wa jezi zao, na vipi wanaweza kuziboresha zaidi, huku akitofautisha mitindo mbalimbali ya nywele zao. Tunafikiri mpaka hapa inatosha kwa leo!

Kwa kuwa lengo la ndoa ni kuzaa, basi suala la umri ni nyeti sana. Kila jamii huwa na tafsiri yake ya umri wa ndoa. Kwa jamii nyingine ni pale mtoto avunjapo ungo au kubalehe huashiria uwezo wake wa kupata watoto. Kwa sababu hii jamii nyingi za nchi za biblia zilichukua umri wa miaka 13 kuwa kama umri wa kutoka utoto na kuingia utu uzima. Tunajua kwa desturi ni katika umri huo ndiyo kijana na binti wa Kiyehudah huruhusiwa kwa mara ya kwanza kusoma toka torati (barmitzavah).

Kule mashariki ya kati twajua ubikira wa binti ni muhimu sana, kwa sababu ya ulinzi wa hakika ya mkondo wa damu (family line). Binti katika umri mdogo kama huu, hufungiwa ndani hadi apatikane mume ili kulinda hayo mawili. Na kisha kuolewa bado hufingiwa ndani mpaka apate mwana. Bado jamii hizi za mashariki ya kati zinaendeleza desturi hii hata mpaka leo hii kati yetu tuongeao Kiswahili.

Kampeni za nchi mbalimbali (hususani za ustaarabu wa kimagharibi), kubadili muda wa ndoa kwa utenganisho na umri wa utoto, kijana na mtu mzima, hutokana na utamaduni usio jali dhana hizo mbili tulizo zitaja mara. Umri wa ujana Yisrael twaweza sema ni miaka 20 kwani ni katika umri huu ndiyo mtoto aliweza ruhusiwa kujiunga na jeshi, na kufanya matoleo yote kama ulivyo funzwa humu. Tunajua hili kwa Kutoka 30:14 ... *Kila mmoja anaye pita kati yao hao ambao walihesabiwa, tokea umri wa miaka ishirini {20} na zaidi, shuruti atoe terumah kwa YAHWEH. ...*

Umri wa utu uzima ni uzee upimwao kwa wingi wa busara katika maandiko matakatifu. Tuna-zungumzia mvi, mkongojo na vyote vingine. Ni fikra zetu kwamba, mwanzo wa umri wa utu uzima ni miaka 33 itupayo umbo lile ambalo Baba kutoka kwake alimpata Mwana aliye mwita Neno. Huo umri (miaka 33) tunaujua sababu pale alipo ufikisha tu, ndiyo alimtwaa toka duniani kurudi Mbinguni. Sisi tunafikiri katika umri huo, ndiyo alifikia umbo la uonekano wa Adam siku ile alipo mfanya ili aonekana kama Mungu Mwana alivyo kuwa siku Baba alipo mpata (begotten). Hivyo umri ule Yeshua alio ukosa katika mwili Mbinguni, aliupata duniani (Adam aliuona kwa watoto, wajukuu, vitukuu, na vilembwe wake).

Na kuhusu hili la umri, huu ndiyo ushawishi wetu kwako mpendwa: -

1. Mtoto mchanga (embryo, fetus, toddler, infant) – mimba ya mwezi 1 mpaka mwaka 1,
2. Mtoto (child) – miaka 2 – miaka 12,
3. Kijana/ Binti (teenager, young) – miaka 13 – miaka 32
4. Mtu mzima (adult, grown up) – miaka 33 – miaka 80
5. Mzee (old man, senior citizen) – miaka 90 – miaka 129
6. Kikongwe (very old man) – miaka 130 – miaka 1000
7. Maisha ya milele – haipo hesabu ya miaka.

Wapendwa, pasipo uzingo wa kampeni za ustaarabu wa leo, bado sisi huafiki maandiko umri wa ndoa uwe katika ujana (13-32). Ni katika marika haya, ndiyo urijali wa kijana hujitokeza kama vile ulimbwende wa binti ujitokezavyo. Ni katika umri huu ndiyo binti hupokea maumbile ya kike kama mapaja, kiuno, makalio, matiti, shingo iliyo nyooka, huku uzuri wa sura yake ikifunguka kama waridi la alfajiri umandeni. Hivyo hivyo kijana rijali; hupokea uzito na unene wa sauti yake, misuli na kifua kama mmea tete uchipuao jangwani, na huanza kuwa kivutio kwa kope na mboni za kila mwanamwali.

Na zaidi zaidi ni katika marika haya, ndiyo viungo vya uzazi hupokea nguvu zake kama mlipuko wa bomu. Ni hapa ndipo palipo na uwako wa tamaa ihitajiyo ndoa, na siyo kondomu. Katika fikra za maendeleo ya mtu, tumekataa asili zetu kwa ulaghai na kujikuta matatizoni. Usuluhishi wa hili siyo jinsi ya kustahimili, bali ni kujirudi na kufuata yale yaliyo stahili yetu kimaandiko. Asili ya mtu bado ni ile-ile na kwa jinsi ile-ile alivyo kuumba Mungu YAHWEH. Kwa sababu hii basi, inakuwa vema katika umri huu na hususani kwako usiye weza kujizuia, funga ndoa, ili kujiepusha na dhambi ya uasherati (I Wakorintho 7:1-2, 28).

Katika marika haya vijana hawa bado wako chini ya usimamizi wa wazazi wao, na hivyo ni vema na sahihi kwao kupata kibali na baraka za wazazi wao. Ndoa ni mkataba kati ya watu wawili, mtu mume na mtu mke kwa mahusiano ya umoja wa kudumu hapa duniani. Ni kwa sababu hii maamuzi haya uhitaji kwanza ridhaa yenu, ndipo ridhaa ya wazazi wa pande mbili zinazo unganishwa kwa namna fulani kuwa moja (I Wakorintho 7:39, Torati 7:3-4, Ezra 9:12, Mwanzo 24:49-51, 28:8, 34:6-8, Wamuzi 14:2-3, Ruthi 4:1-11). Wakati ndoa ni tendo la mume na mke, lakini harusi ni ya jumuiya, sababu kwa ushiriki wao, hufanyika mashahidi.

Utakatifu wa chechote au lolote shuruti uwe ni kwa kile Mungu YAHWEH pekee aliye kiita hicho kitakatifu. Yeye hakuiita ndoa hivyo, bali mtu ndiye aliye fanya hivyo. Kiapo cha ndoa katika jina la YAHWEH hupelekea ndoa popote ifanyikapo kufanyika mbele zake. Kiapo ni maneno ya utajo katika siku ya tendo hili la ndoa.

Maneno yale ya Adam kwa Havaa pale alipo mwona kwa mara ya kwanza na kupumbazwa na uzuri wake, yalifanyika mkataba-kauli, na hivyo kiapo chake katika ndoa hiyo. Tunasema hivi sababu aliyatamka mbele ya Mungu YAHWEH. Hata mpaka leo hii katika ndoa zetu, bado hufanya nukuu kati ya hayo, aliyo sema katika hali ile iliyo mkuta.

Ni katika radhi ile ya wazazi, sisi tunapandikiza kanuni hizi 6, kama vigezo vya zuio la kibali au utoleo wa baraka zao, juu ya muunganiko wa vijana wao (hili ni kwa ndoa za vijana): -

1. Binti au kijana asiye wa imani ya Kristo Yeshua (II Wakorintho 6:14, Torati 7:3-4, Ezra 9:12, Mithali 2:16-17, I Wafalme 11:1-2, Nehemia 13:23-27).
2. Binti au kijana ambaye bado anayo hati au kauli ya ndoa (Warumi 7:3, I Wakorintho 7:39, Torati 24:1, Yehoshua 23:12-13, Matityahu 19:6-8, Walawi 21:7,14, I Petros 2:9).
3. Yule asiye bikira au kijana aliye thibitishwa kuwa mhuni au muasherati (Walawi 21:13, Torati 22:23-24, Matityahu 1:19,

Yoel 1:8, Waebrania 13:4, Yeshayah 62:5).

4. Kama kijana na binti ni ndugu wa karibu kidamu (Walawi 18:6).
5. Mjane, mzee, aliye na watoto wake (Torati 25:5, Matityahu 22:24-30).
6. Binti au kijana aliye na ugonjwa, au tatizo ambalo shuruti lipelekee mauti kwa mwenzi wake, tokea umoja wa mahusiano ya kindoa (Kutoka 20:13, Torati 5:17).

Ni desturi kati yetu sisi tuzungumzao Kiswahili kwa baba wa kijana mwanaume kutuma washenga katika mji wa binti kama Abraham alivyo fanya kwa Laban kwa ajili ya Yitzhakh mtoto wake. Mbele ya mshenga huyu, baba wa binti huweza afiki au kataa akisha kushauriana na bintiye (Kutoka 22:17, Torati 7:3, Mwanzo 24:3-4, 34:6-8) kama mzazi.

[Ni vizuri (siyo shuruti) wazazi wa binti ambako posa hutolewa, kuoza dada mkubwa kabla ya mdogo kwa ajili ya raha ya moyo wa dada mkubwa, ili kuepuka aibu na fedheha usoni mwake, na hivyo kutompenda mdogo wake - Mwanzo 29:26].

Kisha ujumbe wa mshenga kupokelewa, ndipo zawadi pamoja na mahari hulipwa na kupokelewa (Mwanzo 29:18, 34:12, I Shemuel 18:27-28, Hosheyah 3:2-3). Tunaona hili kwa mfano wa Mwanzo 34:12 ... *Niulize mimi kiasi chechote cha kuzidi mahari na zawadi, na mimi nitakupatia kwa kadri ya utakavyo sema kwangu: lakini nipatie mimi binti awe mke. ...*

Ustaarabu wa Dunia ya leo huona hili ni kumgeuza binti kuwa bidhaa, na mahari ndiyo bei yake. Hivyo ndoa huonekana katika jicho la hili kuwa ni utumwa dhidi ya wanawake, hata wapoteze nafasi sawa ndani ya ndoa (wewe unajua hii dhana siyo sahihi). Na kuhusu hilo la mahari ni mtizamo wetu kuwa, zawadi (gifts) kwa wazazi wa mke iwepo, lakini hilo la kimila la mahari kama bei yake binti (bride price) likomeshwe mara moja. Dhana ya manunuzi iondolewe, ila dhana ya shukrani za malezi (matunzo) na ulinzi wa mkeo hata umkute bikira iendelee. Na kwalo hili, nani asiye afiki zawadi na izidi thamani ya mahari ya awali, au mahari isiwe tena bei ya mwali (bride price) bali zawadi (gifts).

Kwa wewe muumini ushangiliaye kuwa kichwa ndani ya ndoa, kumbuka katika Ufalme wa Mungu (wewe unaoishi ndani yake huo); ni mkuu anaye mtumikia mdogo. Kwa jinsi hiyo ndiyo maana ni wajibu wako kuonyesha upendo kwake wa vitendo na siyo kwa maneno na hisia pekee. Wewe shuruti ugharamie kupendeza kwake, mlo wake, makazi yake na ya watoto wenu. Wewe utatoka kila siku kwenda kazini kutafuta mahitaji ya mkeo na wanao, pasipo kukosa au ukomo, siku zote za maisha yako hapa duniani.

Iliandikwa hivi kwa I Timotheo 5:8 ... *Lakini kama mtu yeyote hawatunzi walio wake, na hususani wale wa nyumbani mwake, huyo ameikana imani {ukristo}, na ni muovu {mbaya} kuliko mpagani {asiye amini}. ...*

Hivi unajua ni kipi hicho Elohim atakacho mkeo kufanya kwako, ukisha tenda haya yote yaliyo lugha ya upendo wa kiungu kwake? Ajikabidhishe tu! Yaani abaki amepumzika raha mustarehe chini ya matunzo na ulinzi wako, siku zote za maisha yake hapa duniani. Kama binti Havaa ulikuwa una zuzuliwa na uzushi wa walimwengu, sasa leo amekuonyesha wewe katika uumbaji, ipi ni nafasi yako. Yule aliye mpa madaraka, huyo ndiye wajibu ulipewa kwake pia, lakini wewe uliye jikabidhisha, wewe amekupa malezi ya mji wa familia yake.

Tatizo la ukiukwaji wa mengi ya haya tufunzayo hapa, umepelekea bara Ulaya na Amerika ya Kaskazini, kuwa na tatizo la familia zisizo na kichwa (single parents). Asili ya hili tatizo ni dharau ya umri wa ndoa, hivyo mahali pake wakaweka mafunzo ya kujamiiana kwa njia salama (safe sex). Hili likaondoa usubirifu katika kungojea ndoa, na hivyo ubikira kuwa kitu kisicho thamani tena. Hili ndilo lilo-sababisha kuzaliwa kwa kizazi chenye mzazi mmoja, hivyo kutatua hilo, utoaji wa mimba uhitajipo (abortion on demand) ukawa sheria kinyume na maandiko.

Hivyo huyu aliye loea katika uovu, Mungu akamkabidhi kwao huo, kwa kadri ya Warumi 1:26-27. Na matokeo yake ndiyo huu mlipuko tunao uona leo wa kila kitu kiovu: uasherati kupindukia kati ya vijana, mlipuko wa utoaji mimba, kampeni za uzazi wa mpango, ufungaji wa vizazi, matumizi ya kondomu, usagaji, ushoga, madai ya usawa wa kijinsi, na mlipuko wa kuzaliwa kwa walio na jinsia mbili tofauti.

Na orodha bado inaendelea: kuanza kwa ubaguzi wa waumini, hofu ya kuzidi kwa wingi wa watu, hofu ya kuharibika mazingira hata umuhimu wake uzidi maisha ya watu, upindisho wa sayansi kufuata agenda maalumu, sheria za kufanya mahubiri au usomaji wa maandiko yanayo pinga haya na yote kuwa hotuba za chuki (hate speech). Pamoja na haya, ni mengi mengine uyaonayo kwenye televisheni yako kila siku.

Kwa kutumia uwezo wao kiuchumi na uongozi wa Dunia, leo huu uozo wao unasukumizwa kwa nguvu na hila zote kwao viongozi wa nchi maskini. Hili hutendeka kupitia misaada, mikopo ya masharti nafuu, na rushwa. Tokea propaganda hizi, eti hata huku kwetu leo hii wako wanaume na wanawake, na hata asasi za kijamii wanao tamani mageuzi kama hayo – huyu ni roho wa uasi, roho wa satani na ibilisi wake. Ilitamkwa hivi na Yeshua kwa Yokhana 10:10 kumhusu huyu adui yako: yeye huja ili aibe, aue, na kuteketeza.

Kwisha Adam kumwona Havaa na kusema yale yote aliyo yasema, ni ushawishi wetu kuwa ilifuatia sherehe ya harusi kati yao, iliyo sherehe pia ya ukutano wao wa mwanzo katika mwili pamoja na fungate (Yirmeyah 33:11, Yokhana 2:1-10, 3:29, Mwanzo 29:22, Waamuzi 14:10, Matityahu 22:2-3). Tumesema hivi sababu yako maandiko mengi ambayo YAHWEH ana onyesha furaha yake katika harusi. Pia wajua iko sherehe kuu inakuja ya harusi ya Mwanakondoo (Adonai Yeshua – Bwana harusi) na Yerushalem Mpya (bibi harusi) sisi kanisa tukiwa rafikize Bwana Harusi.

Ndani ya sherehe hii ya harusi, ndipo tamko la baraka (cheers, kutakiana mema, kiapo) hufanyika (Mwanzo 24:60, Ruthi 4:11-12). Kisha bibi harusi hupokea zawadi (Mwanzo 24:53-59, 29:24-29, Yeshayah 49:18, 61:10, Zaburi 45:9-14, Yeshayah 61:10, Waamuzi 14:11, Yokhana 3:29, Zaburi 45:12, Wimbo Bora 3:11). Ndipo sasa bibi harusi huitwa kusahau mji wake (Zaburi 45:10).

Katika ubwabwajo wa Adam (Mwanzo 2:24) ni yeye aondokaye katika mji wake – au alifikiri sababu Mungu Neno kamlete, basi Havaa ndiye mmiliki mpya wa Eydeni, sababu ni binti wa aliye mpa hiyo? Uchunguzi makini wa maandiko waafiki Adam alifanywa mashariki nje ya Eydeni, wakati Havaa alifanywa toka ubavuni mwa Adam ndani ya Eydeni. Sasa piga picha, Adam aliona akipelekwa Eydeni, na akiwa huku ndani, anamwona yule aliye mleta humo, akija na Havaa tokea humo humo.

Tazama Mwanzo 2:24 ... *Hivyo basi shuruti mwanaume {ish} amwache baba na mama yake, na shuruti ajiunganishe na mkewe {ishsha}: na wao shuruti wawe mwili mmoja.* ... Hivyo Adam ana achana na wazazi wake (Mungu?) ili akajiunganishe na Havaa wawe mwili mmoja? Huu ndiyo ulimbwende wa Havaa umpao kiwewe Adam, kwani Havaa alipo kuwa ndani yake alitamani aje nje toka umoja wao, na Havaa alipo kuja nje hata amwone kwa macho ya kimwili, alitamani sasa wajiunganishe tena kuwa wamoja. Hivi pia ndivyo ndoa ilivyo hata leo, walio ndani hutamani ya nje, na walio nje hutamani ya ndoani.

Leo hii katika ustaarabu mpya tumeanzisha desturi mpya kwa itikadi za mafunzo mapya, na kupoteza mapokezi ya kweli toka awali ya yote. Leo hii chini ya bango la usawa katika ndoa, mke hudai kumpenda mume, na tokea nguvu za kiuchumi, baadhi yao wamefanya hivyo. Na kwa tendo hili wamegeuka vichwa vya familia zao kinyume na utaratibu alio usimika Mungu. Hivyo kwa jinsi hii, yule aliyetunza ndiye anaye dai sasa aheshimiwe, na hivyo mume ana-jikabidhisha kwa mke.

Tena wako vijana leo wanaodai usawa katika yote mawili ndani ya ndoa, kwamba kama mume ampendavyo mke, naye mke atampenda, na kama mke ajikabidhishavyo kwa mme, naye mume atajikabidhisha kwa mke. Hivyo kwa jinsi hii usawa wa jinsia kwa matamanio ya itikadi mpya na falsafa mpya za watu ndiyo hufikiwa.

Matokeo ya mageuzi na mapinduzi haya ya kike (feminism), yalipelekea kuvunjika kwa ndoa na ujio wa familia za mzazi mmoja wa kike pekee na asiye mjane (single parents). Kibaya zaidi ya yote haya ni hatari ya uvunjiko wa familia (separated families). Pia ni ujio wa utoaji mimba (abortion) , usenge (homosexuality), usagaji (lesbianism), na uzalio wa wana wenye jinsia mbili (transgender). Haya yote ni kwa ufunguo wa mlango huo mmoja kwa ulaghai toka taratibu iliyo simikwa tokea mwanzoni mwa yote.

Maandiko yako bayana kabisa kwamba, tokea awali ya yote mpaka leo siyo lengo la YAHWEH kuwepo talaka duniani. Hivyo talaka ni matokeo ya upotefu wa jamii. Maandikoni wakati ndoa hutajwa kufanyika mbele za YAHWEH, lakini utaratibu wa talaka ni kwa sehemu ya ushahidi ule wa jamii harusini (Torati 24:1-4, Matityahu 5:31-32, 19:3-9, Marko 10:9, Malakhi 2:16). Hivyo kwa jinsi ya watu ndoa ilikoma kwa talaka, hata Mosheh kwa toraha yake atoe kibali hicho. Kwa hili ridhaa ya mtu kama mungu wa Dunia ilisimama dhidi ya ile yake kama YAHWEH. Ni jinsi hii mtu aliitwa kutotenda dhambi, lakini bado mlango wa toba ulifunguliwa, ili kafara ya sadaka ya dhambi iweze tolewa.

Tunamwona mtume Shauli akitumia kanuni ya kosa dogo dhidi ya kubwa, pale anapo ruhusu mtu aliye amini aachwapo kwa sababu hiyo, awe na haki ya kuolewa, au kuoa tena, kana kwamba ndoa ya awali haijawahi kuwepo (sababu ni mtu mpya aliye zaliwa mara ya pili). Mtume Shauli akifanyiacho mlinganisho hapa ni upendo wa YAHWEH shuruti uzidi ule wa mke/ mume (I Wakorintho 7:15). Je sasa umeanza kuona wapi lile swali la ajabu kuhusu binti asiye Wa-Kristo[8] lilielekezwa?

Tafakari makini ya maandiko hutupa sisi mambo makuu 4, ambayo kwayo kwa sababu ya ugumu wa mioyo ya watu (kinyume na matakwa ya Mungu), talaka inaendelea kutolewa mpaka leo. Hili hufanyika chini ya kanuni ya 'bora uovu mdogo kuliko uovu mkubwa.' Kimsingi kanuni hii marabai wa kale waliiruhusu, na hata Yeshua Kristo alionekana kuitumia mara kadhaa; mfano ni pale alipo uliza kuhusu ng'ombe akitumbukia kisimani siku ya Shabath, kufanya uponyaji siku ya Shabath, au kiungo kama chaweza sababisha kutokwenda Mbinguni ni vema ukikatilie mbali.

Ruksa hizo wana-dini wanazo zitumia kutolea talaka leo ni kwa jinsi hizi nne: -

1. Mume au mke aziniye nje ya ndoa (Ezra 10:2-17, Matityahu 5:32, 19:9, Yirmeyah 3:8).
2. Mume au mke anapo mkana Yeshua Kristo na kujiunga na dini nyingine, au kumwacha mke au mume kwa sababu ya kumuaminii Yeshua Kristo (I Wakorintho 7:12-16).
3. Kama mke au mume huyo anachukiwa (hate), na hata kuteswa (physical torture) na mwenzi wake kiasi cha kuhatarisha maisha (Torati 24:3-4, Yirmeyah 3:1).
4. Pale mmoja wa wana ndoa kwa uchaguzi wa ridhaa yake, aondokapo katika mji wa mume na kuishi achaguapo, hata kupelekea ukomo wa tendo la ndoa (Yeshayah 50:1, I Wakorintho 7:4-11).

Mtume Shauli alichota toka toraha pasipo kuichukua hukumu yake, bali neema na huruma ya Agano Jipya. Maandiko matakatifu yanayo utajiri wa kutosha katika uakisi wa Roho juu yake akilini mwetu. Pia ni katika hatia hizi pekee, mume au mke aweza kuoa tena (Torati 24:2, Mithali 2:17, Marko 10:12, Hesabu 30:9).

Tumeweka ujadilifu wa talaka hapa, ili kuonyesha doa katika dhana ya umilele wa ndoa bado lasimama. Hili siyo ridhaa ya YAHWEH, ni kwamba lilikuja kwa ajili ya ugumu wa mioyo yetu. Ugumu wa moyo humaanisha kushindwa kuishi katika amri ya upendo kama ikupasavyo. Talaka ni sawa na dhambi, katika haya mawili mwenzi hufa toka wewe kwa milele yote (ndiyo maana haiwezekaniki kurudiana ambako ni sawa na kuoa maiti). Ndoa hurudisha hali ya Adam na Havaa kabla ya utenganisho, lakini talaka huwagawanya kimwili, tendo lipelekealo kifo (Mungu aliitoa roho na nafsi na kuitengenezea mwili mpya, lakini mtu hauwezi haya).

Kama ulifuatilia kwa makini mambo yale yahusiyo uumbaji na ufanywaji wa mtu, shuruti uwe unakumbuka baraka awali zilitolewa kwa mtu (adam) kabla ya Havaa kufanyiwa mwili wake toka mbavu ya Adam (Adam). Je hiki ndicho kivuli cha talaka? Kwamba Mungu pale alipo mfanya Havaa nje ya Adam, hilo halikuwa lengo la Elohim tokea awali ya yote. Kwani utenganisho wao ulikuja kwa ugumu wa moyo wa Adam, sababu ingewezekana kabisa kwa Havaa kuwepo ndani (kama utatu walivyo), na siyo muhimu wawe wawili nje tofauti. Hivyo kwa ubadilisho wa dhamira hii ya awali, athari zake ndiyo uwepo wa talaka leo duniani (tunafikiri kwa sauti[9]).

Yako haya machache kama sehemu ya yatokanayo na mafunzo yetu hapa kuhusu Tafsiri, Dhana ya Umilele, na Talaka. Mojawapo kati ya hayo ni hili lilo maarufu leo la kubadili jinsia (sex change operation). Ni kwa sababu ya hili ndiyo sisi tulitaja jinsia ya mke na mume katika tafsiri ya ndoa shuruti iwe ile ya asili uliyo umbiwa. tunajua kuhusu wale walio zaliwa na jinsia zote mbili, na kutaka kuondoa moja. Lengo la tafsiri makini ni kuzuia kabisa ushoga, usagaji, na yote mengine yajayo kesho kuichafua taasisi hii ya ndoa.

Pia siku hizi iko mikataba ya umiliki wa mali za kabla ya ndoa (prenuptial) kuwa nje ya mali za ndoa (matrimonial properties). Pamoja na jambo hili kuwa kinyume na tafsiri ya neno ndoa, tena na dhana nzima ya ndoa, ni chachu iletayo maandalizi ya talaka tangu siku ya harusi. Makubaliano hayo huonyesha kutokuwepo umoja mkamilifu ulio msingi mama wa ndoa; kwamba wawili, wameamua kurejelea jinsi walivyo umbwa na Mungu. Ndoa ni muunganiko wa mtu mume na mke kuwa mtu mmoja, kiuchumi, kimwili, na kijamii (yaani mbele za watu). Katika upungufu wa moja kati ya haya, hiyo siyo ndoa tena, bali makubaliano ya kimkataba katika kuzalishana watoto (yaani kama ajira vile, lakini badala ya mshahara mnajamiiana).

Na jingine lituwashalo ni hicho cheti cha ndoa cha serikali, ambacho kwacho wewe mpendwa na sisi tumeitwa kutii. Ni kwa ajili ya umuhimu wa utii huu, ndiyo sisi tunanasaha watunga sheria wetu kuhusu yale ya kweli ya maandiko matakatifu. Sheria ya ndoa katika nchi zetu hizi zizungumzazo Kiswahili zina lengo sawa la kuleta amani, usalama na maelewano ndani ya jamii na rai wote pasipo kujali imani zao (secular state) au jinsia. Hivyo cheti hiki cha ndoa ni sehemu ya harusi iliyo ushahidi mbele za watu, ili pasiwepo mapigano ya kugombea mke au mume wa mwingine. Huu ndiyo utawala wa sheria.

Cheti hiki ni mojawapo ya vielelezo ndani ya taratibu za talaka ambazo Kanisa linapokea kwa sababu ya ugumu wa mioyo yetu. Kama tukikipinga cheti hiki, sababu sheria za nchi zaruhusu talaka, basi mazingira hayo 4 juu ambayo kwayo Kanisa huruhusu talaka pia, yatakuwa unafiki wetu mchana kweupeee. Tumepigwa pande zote mbili kibao, tunasutwa na ridhaa ya YAHWEH Mungu wetu, na sasa hata babiloni naye anatukebehi!

Asili ya Ndoa

Ziko njia zingi za kitaaluma na kitheolojia ambazo tungeweza kutumia kwa umakini mkuu, lakini njia hii ya mafundisho ya Ruak kwetu, ndiyo stahilifu na kamilifu kwa milele yote kuelezea asili ya ndoa. Asili ya ndoa ni baraka-amri ya YAHWEH na ufanyaji wa mwili wa Havaa tofauti na wa Adam. YAHWEH upendoni aliyavuka matakwa yake kuyatimiza ya adam, ili awafurahishe kwa tendo la ndoa, huku bado dhamira yake ya kuwa na familia ikikamilika.

Kama ilivyo ndoa, safari ya sirini kiroho katika mahusiano, ndiyo muunganiko wa kiroho katika umoja. Ni hivi katika tafakari (meditation) kama ilivyo katika kumwabudu (worship). Yote haya mawili na mengi mengine ni maingiliano ya kiroho. Wewe ni tabanako/ hekalu lake aingiapo kuishi nawe, na kwa uumbaji na ukombozi wako, wewe siyo wako, bali wake. Hivyo katika sala na kumwabudu wewe huingia ndani yake, yeye aliye ndani mwako. Je hivi sivyo Adam na Havaa walivyo kuwa awali ya kabla ya utenganisho?

Mahusiano haya ya kiroho ndiyo ndoa kimwili imekuwa kivuli chake. Ni kwa jinsi hii raha hii ilihifadhiwa katika ndoa, kwa ajili ya mume na mke pekee kufikia daraja hili la kivuli cha umoja mkamilifu. Sisi pasipo kujua tuliita kwa usahihi tendo hilo kufanya mapenzi. Ni hivi pekee lile la kiroho (pendo) huweza kuonjwa hata kuliwa (experienced) kimwili. Hivyo kwalo hilo la kimwili, mtu sasa unaijua ladha na utamu wa pendo, katika raha ya kufanya mapenzi.

Mwenzetu alifanya safari ya kiroho sirini na kupokea ya heri kulihusu hili toka kiti cha enzi. Baba alisema; anataka kumwonyesha nini maana ya YAHWEH mmoja katika nafsi tatu upendoni.

Mwenzetu huyu roho na nafsi yake ilianza katika mng'aro wa nuru kali kuingia ndani ya Aba siyo kama inayomeza, bali kama wote wawili wasambaritikao katika chembe-chembe ndogo sana zing'arazo, na hizo ndizo zijiungazo pamoja, huku zikiachia nuru kali ing'arayo sana pasipo kuumiza macho, kwani waweza itizama.

Wakati hili latokea, ndipo Yeshua na Ruak HaKodeshi nao walipo anza kufanyika sehemu ya chembe za ming'aro hiyo iliyo mmoja na pasipo umbo maalumu, lakini zifanyikazo moja na pamoja kila ziendeleavyo kugawanyika na kujiunganisha katika udogo zaidi ya ule wa mwanzo. Ili kuelewa hili la kiroho ni sawa na sisi kusema: muunganiko utekeao hapa siyo wa mwili kwa mwili (bodly flesh), la hasha, siyo wa viungo kwa viungo (organs), siyo wa tishu (tissue), bali ni wa chini zaidi ya seli (cell), ni kwenye atomi, hapana, ni kama ule wa protoni na electoni na nyutroni uzalishao nuru, ni chini zaidi, ni kwa kwaksi (quarks), yaani kwa chembe ndogo zaidi iwezayo kugawanyika ili iweze kuunganika kuwa umoja.

Katika hali hii ilipo kuwa inaendelea ndani humo, wote wanne walio (au wasiopo tena lakini bado wapo) ni Roho mmoja, ni wamoja katika kila jinsi na namna ijapo kuwa asili zinazo watofautisha hazijakoma. Kila mmoja ndani humo hujijua kwa nafsi (akili, hisia, na nia), ijapo kuwa haupo utofauti wowote ule hapo.

Hakiki maandiko yasemapo: ... *Shamaa, oh Yisrael : YAHWEH Elohim YAHWEH ekhadi:* ... Haya ni maneno ya aliye mwona YAHWEH katika Torati 6:4 ... *Sikia, Oh Yisrael: YAHWEH Elohim wetu [ni] YAHWEH mmoja:* ... Pia kumbuka Adonai alicho sema hapa duniani kwa Yokhana 17:22 ... *Na utukufu*[10] *ambao wewe ulinipatia Mimi nimewapa wao; ili wao waweze kuwa mmoja {wamoja}, kama sisi tulivyo mmoja {wamoja}:* ... Hili leo limeshuhudiwa utendekaji wake mbele zako kupitia huu utukufu uliokuja kwa Adonai Yeshua.

Kwisha kusema mambo haya ya nyakati, sasa tusonge mbele kuoanisha hili la asili ya ndoa. Hivyo toka humo tuchungue nini maana yake, na lengo la aliye anzisha yote haya. Hili ndiyo jibu lake pale Adam alipo shindwa lile la kwanza, kwamba hata katika hili la pili abaki na utambuzi wa raha ya uunganisho wao wa awali. Ni katika hili la pili, tendo la ndoa liligeuke upendo kazini hata kuitwa kufanya mapenzi. Ndani yake hili, miili na nafsi zao ziwaruke kiroho kuunganishwa upendoni katika raha kuu kuwa mmoja tena.

Ni katika nukta ya uachio wa nguvu asili hii, iruhusiyo uruko na uunganisho ilipo kiu ile ya milele uliyo nayo mtu pasipo ukomo. Ni hivi ili iwezekane wewe kuwa uzaaye matunda, hata tuijaze Dunia yote tukiongezeka. Angalia, ufanyikaji wa ulimwengu ni kwa sababu Baba alitaka zaidi ya Yeshua awe na familia, mabilioni ya kaka na dada za Yeshua aliye muita Neno lake. Hivyo ulimwengu wote, tena na hii Dunia ilifanyika kwa sababu ya upendo. Mtu ni mbegu, na aliye pewa mbegu kuendeleza mazalio.

Ni kwa sababu ya ukati huu wa ndoa, ndiyo mahusiano ya YAHWEH na Yisrael una vilinganisha vingi vya kindoa kama kuposwa, kufanya ukahaba, aibu ya uchi wako, uzinzi wako, uasherati wako, waume wengine, nakadhalika. Mke katika ndoa hubaki katika mji wa mumewe, lakini pasipo hiyo huondolewa hapo. Ni kwa jinsi hii ardhi ya Yisrael si yao, bali ya YAHWEH (Yirmeyah 2:7), na hivyo wao hubaki humo katika mahusiano naye tu. Haiwezekaniki vinginevyo. Kama ulivyo kwisha kuonyeshwa juu, mahusiano ya kiagano tunayo yarejelea hapa ni sawa kabisa na yale ya mkataba wa ndoa kati ya mume na mke.

Angalia tena, wewe ni tabanako lake, na tendo la kumuabudu yeye ndiyo husimika (consummate) mahusiano yenu, sasa vipi tena wewe ufanye kwa ukahaba kumwabudu mwingine ndani yako kuliko kwake. Ni kwa jinsi hii kuabudu sanamu au miungu wengine ni ukahaba wako mbele za YAHWEH. Na hakuna lilo kuu maandikoni kuliko mtu kumpenda Mungu wake YAHWEH awali na juu ya vyote na wote (Matityahu 4:10, Marko 12:30). Kinyume chake hili ni ukahaba, ulio kuabudu miungu bandia tokea ulaghai wa ibilisi au fikra za watu.

Ni tabia na mwenendo huu wa upendo kwa Mungu YAHWEH, ulio pelekea mfalme David kuitwa 'mtu nimpendae kwa moyo wangu' au 'mtu aliye kama vile nilivyo' (a man after my own heart[11] - I Shemuel 13:14, Matendo 13:22). Hivi siyo mfalme David huyu-huyu aliye hakumiwa na Mungu YAHWEH kwa kumuua Huria Mhiti ili amwoe mke wake Bathshebah? Na tokea utimilifu wa hila yake hii, askari kadhaa wa Yisrael pia walifariki pasipo hatia? Katika hili moja tunamwona mfalme David akiwa na hatia ya mauaji kadhaa, uzinzi, na ulaghai. Na kwayo haya mtoto wa uzao wa dhambi alifariki kwa mkono wa Mungu, masuria wake kubakwa, na mfalme David kuhukumiwa upanga kutoiacha familia yake.

Kwa kutubu kwake mbele ya nabii wa YAHWEH (II Shemuel 12:1-20) aliadhibiwa hivi, na hivyo kuto-katiliwa mbali hata abakie mfano mwema wa wafalme wote wa Yisrael mpaka leo hii. Mpendwa, Mungu YAHWEH hutazama hali ya moyo wako (dhamira yako kwake), katika upendo wako kwake. Na hili ndilo kumchagua yeye, na kinyume chake ndiko kuabudu miungu wengine: mungu mali, mungu fedha, miungu viongozi wa kisiasa, mungu sayansi, mungu utegemezi binafsi wa mtu (humanism), mungu mazingira (mother nature), au chechote kile wewe uwekacho mbele ya Mungu Muumbaji.

Tukiwa sasa tumesha itambua asili hii ya ndani iliyo jitokeza nje hata kuitwa ndoa, ni vema sasa tuangalie kwa urudifu mfupi sana, vipi agizo-baraka hili la Mwanzo 1:28 lingetekelezwa, kwani lisemacho kwake adam mmoja mwenye nafsi mume na mke hayumkiniki leo vipi ingewezekana: ... *"zaeni matunda, na muongezeke, na muijaze Dunia, na muitiishe hiyo."*

Awali nyuma kule tuli-husisha muongezeko wao kuwa kama jinsi yeye alivyo mpata Mungu Neno toka kwake. Kwa kukosa jinsi au namna ya kufunza hilo, tuliamia kwenye bailojia ya viumbe asili hapa duniani, kuchungulia kama pako alipo wacha unyayo wake, ili sisi tuone na kutambua kuwa yawezekana. Hivyo katika mafunzo ya sayansi katika shule za sekondari, wengi wetu twamjua kiumbe mdogo sana (microscopic) aliye pewa jina la amoeba.

Mfumo wa muongezeko wa kiumbe huyo walandana sana na jinsi ambavyo adam alitakiwa 'kuongezeka' hadi kuijaza Dunia, kwa kadri ya tafsiri hiyo hapo juu. Pale 'amoeba' agawanyikapo, kile kiumbe kipya kijitengacho na mzazi (siyo mama wala baba) wake, huwa kikamilifu kwa kila jinsi na namna ya mzazi wake. Ghafla hapo wawili hao huwa sawa kwa kila kitu; sura, kumbukumbu (DNA), mwonekano, tabia, matendo, na hata asili yao ni moja, ijapo kuwa sasa wako wawili.

Wakati amoeba hana uwezo wa kujirudisha katika umoja wao wa awali hata amoeba wote duniani kuwa mmoja tena, YAHWEH anao uwezo huu ambao tumeuona juu mara. Na kwa kuwa adam ni mfano wa YAHWEH, basi watu wote tumerithi uwezo huo wa kujirudia umoja kiroho na siyo tena kimwili. Ukichungua maandiko utaona, Mungu ni roho (Yokhana 4:24), na familia yake shuruti iwe hivyo alivyo. Kwa sababu ya ugawanyo wa Adam, basi hata watoto wake wajao kama Kristo Yeshua, shuruti nao wawe na mwili wa utukufu ulio na sifa zote kiroho kama wa zile zote za kimwili.

Mwili huu wa utukufu ulio wa kimwili na kiroho sawa-sawa pasipo mapungufu yeyote bali maboresho, katika umoja wake ujirudiapo hujulikana kama Kanisa. Kichwa chake ni Yeshua Kristo, na kiwiliwili ni waumini wote toka Yisrael na Mataifa yote duniani. Hivyo katika umoja wa kichwa Yeshua na YAHWEH sisi pia hufanyika mmoja na YAHWEH Mungu wetu.

Chungua maandiko uone watakatifu wote katika miili yetu ya utukufu, huweze kusimama mbele ya kiti cha enzi na kuonekana tukiwa kama vile Adonai wetu Yeshua Kristo alivyo. Ni hivi sababu ni katika yeye sote tutarejea umoja wetu kuwa Kanisa. Ni uhakika wa hili ndiyo ulio pelekea Yeshua kumshang'aa Filipe kwa Yokhana 14:8-9.

Sasa wewe mpendwa siyo tu wajua asili ya ndoa, bali pia wajua na kweli kuu ya nyakati zote ikifumbiacho. Hivyo wewe kama sisi shuruti sasa waweza jitizama toka beseni lile la maji ya kunawia mikono na miguu makuhani nje ya tabanako jangwani, na kwa vioo vyake ndani yake kuiona sura halisi ya taswira ya fumbo lake katika ndoa, sababu hata nawe ni kuhani wake wa daraja la kifalme. Kama vioo hivyo vilivyo tumika kujirembea wake zao kuwavutia katika tendo la ndoa kimwili, ndivyo sasa vikuvutie kuhani wake kuingia tabanakoni mwake kumwabudu Mungu YAHWEH katika roho.

Sisi tunapinga kwa kadri ya namna zote, na jinsi zote, inavyo wezekana kwa mtu kupinga fikra potofu na laghai kanisani kwamba; mashoga huzidiwa na nafsi mke ndani ya mwanaume hata kuwa mhanga wa hivyo walivyo. Hili ni ubatili, na uhalalisho wake kwa jinsi hii ni ubatili mkuu zaidi ya ule wa kwanza. Kama vile ubakaji au utoaji miamba, au uporaji ulivyo ubatili, ndivyo ilivyo hata kwa uhalalisho wa sheria kwayo haya ndani ya jamii, eti kwa sababu tu ya udhaifu wa mwovu kushindwa kujizuia, hupelekea aidha ya haya kuwa haki.

Wewe sasa wajua na umeona kuwa, kwa kuifungua mbavu ya Adam, nafsi mke ilitolewa kupitia hapo, na kwa mbavu hiyo mwili mke ulifanywa. Ndani ya mtu mume haiko tena nafsi mke, kwani walisha tenganishwa tokea mwanzoni kule Eydeni. Hii inamaanisha; jikabidhi kwa YAHWEH, na uzipinge tamaa ovu, nazo zitakimbia toka kwako!

Warumi 1:26-27 ... *Kwa sababu hii Mungu aliwakabidhi hao katika matamanio ya ashiki za aibu: kwani hata wanawake wao walibadili matumizi ya asili kwa yale ambayo ni kinyume na maumbile: Na hivyo-hivyo pia wanaume, wakiacha matumizi asili ya mwanamke, [na] kuwaka katika matamanio yao mmoja kwa mwingine; mwanaume kwa mwanaume wakitenda kile ambacho hakisemeki {kwa kukuthiri aibu}, na hupokea ndani mwao malipo ya kujidanganya*[12] *ambayo huwaponza. ...*

Kufanyika Havaa:

Pasipo urudifu ni kumbukumbu zetu kwamba, mada hii kwa kiasi ulisha dokezwa awali. Kwamba iko tofauti kati ya uumbaji (bara - created) wa roho na nafsi hai ya Adam, na ufanyikaji (bana/ asa - made) wa mtu mwenye mwili aonekanaye. Nafsi na roho Havaa ilitenganishwa na kutolewa nje ya Adam, na kufanyiwa mwili wake akiwa mtu hai mwenye roho na nafsi binafsi.

Jina Havaa humaanisha 'asababishaye uhai,' au 'ampaye mwingine uhai' (life giver). Chimbuko lake ni toka mzizi wa neno 'chavah' libebalo mzizi wa maana hizo hapo juu. Kwa lafudhi yao Waebrani hutamka Havaa kama litumikavyo humu.

Tunasoma hivi kuhusu ufanyikaji wa Havaa toka Mwanzo 2:21-22 ... *Na Mungu YAHWEH alipelekea usingizi mzito kumjia Adam, naye alilala: na yeye alitwaa moja ya mbavu zake, na badala yake alipafunika hapo kwa nyama; Na mbavu, ambayo Mungu YAHWEH aliitwaa toka mtu {adam}, yeye alimfanya mwanamke {ishsha}, na akamleta huyo kwa mtu {adam}. ...*

Maandiko hayataji marudio ya ufanyaji kwa kutumia udongo kama ilivyo kuwa kwa Adam, bali ufanyikaji kupitia mbavu moja tu ya Adam. Na wala haupo uumbaji mpya wa utamko kama ule wa awali wa roho na nafsi zao. Hivyo kwa mbavu hii moja iliyo twaliwa toka adam, mahitaji yote ya mwili mpya yalipatikana (skin, flesh, bones, organs, tissues, muscels, nerves, ligaments, arteries, veins, blood, cells etc). Pia ni ushawishi wetu kwako kuwa, hata roho na nafsi yake Havaa, ilitolewa toka Adam. Kwa jinsi hii naye Havaa pia akawa mtu mwenye nafsi hai azungumzaye kama Adam mbele za Mungu Muumbaji wake.

Ni tokea uelewa huu neno la Kiebrania lilotumika hapa ni 'bana' na siyo 'bara.' Huu pia ndiyo msingi wa mada hii kuitwa kwa jina hilo la Ufanyikaji wa Havaa. Mpendwa uumbaji ni mmoja, hivyo haiwezekani kuwepo Havaa wawili, ila ufanyikaji wake ni ziada (siyo tofauti), kwani ni mwendelezo wa ule ufanyikaji wa awali. Tunasema hivi sababu

Havaa hakufanywa toka udongoni, bali toka mbavu ya Adam. Ufanyikaji wa Adam toka mavumbini pia ndiyo ufanyikaji wa Havaa, sababu walikuwa roho na mwili mmoja wenye nafsi mbili (tunasema hivi sababu haukuwepo pia uumbaji mwingine wa roho na nafsi kwa Havaa).

Ni pasipo uelewa huu makini, ndiyo sakata la Lilith lipo duniani. Mengi kama si yote yatajwayo hapa, yana-patikana katika somo la kwanza liitwalo MWANZO WA YOTE; na husasani katika mada zake mbili za 1.2 Kuumbwa kwa Roho na Nafsi Mtu, na 1.3 Kufanywa kwa Mwili Mume na Mke.

Kama hivi ndivyo, basi acha tuvinjari kwenye hilo la ulaghai wa Lilith kutokana na uelewa finyu wa maandiko, au ujanja wa kuchanganya Kanisa, ili imani juu ya maandiko matakatifu ilegelege. Tunasema uelewa finyu, sababu pasipo utofautisho wa neno kuumbwa na neno kufanyika maandikoni, hupelekea uumbaji kuonekana kutokea mara mbili. Ni humu ndimo kuchanganyikiwa huku huzuiliwa kuwepo kabisa kwa jinsi ya umakini wa uchambuzi wake dhidi ya maneno yale mawili, hata usahihi wa maandiko kudhihirika.

Maandiko kwa Mwanzo 1:26-27 hutaja uumbaji (creation) wa mtu mume na mke katika Mungu, na katika Mwanzo 2 ndipo Adam sasa afanyikapo (made) humu duniani, na wao kutafsiri hilo kama uumbaji mpya. Ni kwalo hili la ufanyikaji ndipo anapo wekwa bustani Eydeni, na maelezo yote kufuatilia kuhusu jinsi baadaye alivyo amua kumfanyia Havaa mwili mwingine tofauti. Toka uelewa potofu, wako wanaodai Havaa ndiyo mke wa kwanza ambaye Adam hakupendezwa naye, na hivyo kumfanya Havaa mpya.

Pia ziko simulizi katika kale ya 300AD-500AD ambazo husogelea ukweli kwa kiasi wasemapo; kilicho umbwa kwenye simulizi ya awali ni kiumbe ambacho ni mwanaume na mwanamke (androgyne). Tafsiri hizi mbili ndizo za kale zaidi kwani utajo wa Lilith ulikuja katika zama za kiza (medieval). Wanataaluma bado kuafikiana wapi utajo wa Lilith ulianzia, lakini huoanishwa na simulizi za Sumerian kuhusu vampaya (vampires) aitwaye Lillu, au ni toka simulizi za kale za Mesopotamia kuhusu sukubae (succubae) aliye ibilisi yaani jini la kike aitwaye Lilin.

Jina hili Lilith hutajwa mara 4 katika Talmudi ya Babiloni, lakini siyo kabla ya alphabeti za Ben Sira (700AD – 1000AD) ambako Lilith huoanishwa na uumbaji wa kwanza. Ben Sira anamtaja Lilith kama mke wa kwanza wa Adam. Kutokana na melezo yake huyu ni kwamba, walikuwa wanagombana kila wakati, na hawakukubaliana kuhusu masuala ya tendo la ndoa, sababu Adam mara zote alikuwa anataka kuwa juu, wakati Lilith naye alikuwa anataka nafasi kiongozi wakati wa tendo hilo.

Pale walipo shindwa kuafikiana, Lilith aliamua kumwacha Adam, akitamka jina la mungu na kupaa angani akimwacha Adam pekee bustanini. Simulizi yake yaendelea kwamba, 'mungu' alituma malaika 3 kumfuatilia na kuwaamuru kumshurutisha kurudi kwa mume wake kama ataafiki. Pale malaika walipo mkuta katika bahari nyekundu, hawakuweza aidha kumshawishi kurudi au kumshurutisha kurudi. Ni hapa ndipo makubaliano yalifanyika kwamba, Lilith hatadhuru watoto wachanga (wakiume mpaka katika siku ya 8 na wakike mpaka siku ya 12) kama watavishwa mkufu wenye majina (amulet) ya malaika hawa 3. Wasomi wengi wanaafikiana kuwa, Ben sira anachanganya simulizi za ibilisi na Havaa.

Hivyo chimbuko la simulizi hizi ni uandishi wa kale toka ustaarabu wa Sumeriani, Akadiani, Asiriani na Babiloni[13] kuhusu majini (ibilisi, pepo wachafu). Kwa Kiebrania neno Lilith au lilit hutafsirika kama 'viumbe wa usiku,' 'waovu wa usiku,' na 'bundi akwaruzaye.' Katika karne ya 13 kwa maandishi ya Rabai Isaac ben Jacob-Cohen, Lilith alikwenda kuwa wa malaika kiongozi (archangel) Samael. Na kwa ujumlisho wa haya yote Lilith ameendelea kuwa simulizi ya ulimwengu wa kimagharibi leo hii, sehemu ya utamaduni wao, fasihi, kuabudu viumbe, ashiki potofu, na matisho.

Tafakari yetu hii hapa ya Lilith ni kwa ajili ya werevu wako na siyo vinginevyo vyovyote vile. Ni kwa sababu hii wapendwa wako tulichota taarifa hizi tokea yale ya kale zaidi, na tena endaikawa ya mwanzo na asili ya dhana hii. Haya yote tuliyo jadili hapa kama chimbuko, ndiyo ambayo maandishi mbalimbali yalichota humo baada ya mwaka wa ujio wa Adonai wetu Yeshua Kristo (AD).

Pamoja na kupotea huku kwa wakale wetu, lakini sisi wa kizazi cha leo tuijuayo kweli, pia hutanga-tanga huku na huko katika fikra kwa jinsi ya utu kwamba; hivi haswa ilikuwaje kwa mtu mume na mke kuwa katika mwili mmoja kama mtu mmoja? Ni katika kuwaonea huruma, wewe hujiuliza vipi waliamua kufanya jambo lolote; kama upande gani wa bustanini waende, au siku hiyo wale matunda gani kama chakula cha mchana. Jaribu kutafakari vipi wewe na mkewe, au mchumba wako, au rafiki mpenzi wako, au rafiki tu wa jinsia nyingine, kama mngekuwa mwili mmoja ijapo kuwa ni nafsi (akili, nia, hisia) mbili zilizo tofauti, mambo yangekuwaje.

Na kunogesha fikra yako hiyo ni kwamba, kwa mwili mmoja yamaanisha mwatumia ubongo na mdomo mmoja! Na kwa kuwa kila mmoja ni nafsi huru, basi akili za kuwazia ni tofauti, na nia zenu ni tofauti, na hisia pia ni tofauti, lakini katika mwili mmoja. Sasa ondoa watu wote duniani, halafu muwe nyie wawili tu. Sasa jibu maswali haya kwa dhati ya nafsi yako: Je wafikiri yupi aliongoza kwa kulalama na yupi alisusa na kufunga kauli yake? Je yupi alikuwa anataka asikilizwe kwanza jinsi hisia (emotion) zake zimeumizwa? Yupi alitaka watumie akili na siyo hisia?

Unajua Adam na Havaa walikuwa watu kama sisi na wewe, kama hivi ndivyo, kwa hakika hiyo ilikuwa bonge ya sinema, hata Neno mwenyewe aliwastaajabia (kama vile alivyo muuliza Adam uko wapi). Kama yuko mchekeshaji, hili ni wazo jema kama utaanza kuangalia maamuzi madogo kama vile anywe maji mwanzo wa kijito, kati, au mwisho wake, ale tunda lenye uchachu, utamu, sukari au ukakasi kinywani. Je haiwezekani kupitisha siku kwa njaa? Fikra hizi ni za leo katika uwepo wa dhambi, wao walikuwa hivi kabla ya uingio wa dhambi duniani.

Ni vema mpendwa ufanye tafakari ya maandiko haya chini, sababu toka kwayo wakati wa uhariri mengi yaliondolewa, ili sisi kwa tafakari itiririkayo tupate nafasi ya kufanya unjilisti ndani yako: Matityahu 19:8, Waefeso 5:22-28, Wakolosai 3:18-19, I Petros 3:1,7, I Wakorintho 7:1-39, I Timotheo 3:2,12, Tito 1:6, Mwanzo 3:16, Mwanzo 2:18-22, Yokhana 1:14,18, 3:16, Matendo 13:33, I Yokhana 5:1, Ufunuo 1:5, Daniel 2:1-45, Yokhana 19:10-11, Yokhana 8:23,36, 17:15, 20:17, Matityahu 5:16,48, 23:9, I Yokhana 3:18, Zaburi 82:6, Yokhana 10:34-35, na Marko 9:35, 10:44.

Mara nyingi ujasiri wetu katika kuongozwa na kweli ya maandiko, hupelekea ndani ya mada hii kuonekana kama watetezi wa mfumo dume (Waefeso 5:21-22, Wakolosai 3:18). Sisi twajua dhana nzima ya mapinduzi ya kijinsia na asili yake. Twawajua waanzilishi wake, na kiini cha wao kuchagua uelewa huo. Sisi hatujihusishi na uelewa potofu wa maandiko, au utetezi wa udini baguzi katika namna au jinsi yeyote ile. Sisi tunajua ukamilifu wa raha, ushindi, na mafanikio maishani kwa familia, pale mtu mume achukuapo nafasi yake YAHWEH aliyo mweka katika familia. Sisi tunajua ukamilifu wa raha, furaha, na heri maishani; pale mtu mke achukuapo nafasi yake ndani ya ndoa, Mungu YAHWEH aliyo mweka katika familia.

Pia sisi twajua kwa nini bailojia ililazimishwa kusema kwamba, tofauti kati ya mwanaume na mwanamke kuwa ni uwezo wa kunyonyesha tu. Tunajua kwa uzoefu kuwa, mwili wa mwanaume hustahimili kazi za sulubu kuliko ule wa kike. Tunajua maumbile ya mke ni kuwa mama, na yale ya mume ni kuwa baba. Pia twajua ili Havaa apate mwili ulimbwende wa kike, Neno aliondoa misuli kwake na kumbadilishia kwa mibonyeo. Na tofauti hizo bailojia ya kubalehe na kuvunja ungo huziongeza mpaka mwisho wake. Hata DNA zathibitisha tofauti hizi za ajabu.

Hii ni kauli mbiu ya ufahari wako 'Binti Havaa' leo hii: kama vile Mungu alivyo kukabidhi kwa mumewe ukiwa bikira, basi uwe hivyo hata leo. Jifunge katika nadhiri ya ubikira, ukisubiri siku ya fungate na mume wako umpendaye toka kwa Mungu YAHWEH. Ni katika jinsi hii pekee, tendo la ndoa liwe na maana kwako. Maana nyingine zote ziwe uchafu kwako.

Sasa hima na uwe mtindo wa fahari kwa mabinti mashuleni na vyuoni kuvaa beji za 'Binti Havaa' kwa nadhiri hii ya usafi, ili kuwafukuzia mbali waharibifu juu yao. Wazazi chukueni mahali penu kufunza jinsi ya kujitunza katika staha ya ulimbwende wa Havaa. Sasa jikinge na yote ya gizani yaliyo ya kujificha. Chagua kwa umakini wapi wawe rafikizo, na kujitenga na wote wasio stahili. Tazama zawadi yako kuwa iko mbele ya Baba yako wa Mbinguni, naye atautunza mwili wako, kwani atatuma malaika zake wailinde injili hii iliyo hubiriwa kwako leo, kama tu utaamini na kutii. Amin

Ndoa ya Kwanza

Hii ndiyo siku kuu ambayo kama baba amtoavyo binti yake kuolewa, Mungu alimchukua Havaa hadi kwa mwenzi wake Adam, ili kwa kauli ya kiapo cha Adam mbele yake, afanyike mke wake. Hivyo akiwa mwanamwali mlimbwende, na bikira safi ndani ya vazi lake la utukufu la harusi, Havaa alikabidhiwa kwa Adam. Hivi ndivyo harusi ya kwanza ilivyo fanyika, pale walipo funga ndoa kwa mkataba wa neno la ahadi ya kukiri na kutamkwa.

Mpendwa, siku ya harusi ya Havaa ndiyo pia siku ya kuzaliwa kwake kwa kufanywa mtu mwanamke hapa duniani. Yale maneno aliyo sikia ya kwanza, toka mwanaume wa kwanza kumwona maishani mwake, ndiyo pia kiapo cha ndoa yake. Huu ndiyo mfano kwa mabinti wote, kwamba mwanaume wa kwanza kujikabidhi kwake, na iwe siku ya ndoa yako – hii ndiyo beji ya 'Binti Havaa.'

Sasa tuitizame rasmi ahadi ile ya kiapo cha ndoa kwa nguvu za neno la kukiri kwa utamko, na kuaminii ndani moyoni. Soma kwa makini sana, sababu toka haya kiapo cha ndoa kinawekwa kwa wanaume wote juu ya wake zao mbele ya Mungu mwenyewe:

Mwanzo 2:23-25 ... *Na Adam alisema, Huyu sasa [ni] mfupa wa mifupa yangu, na nyama ya nyama zangu: huyu shuruti aitwe Mwanamke {Ishsha}, huyu alitwaliwa toka Mwanaume {Ish}. Hivyo basi shuruti mwanaume {ish} amwache baba na mama yake, na shuruti ajiunganishe na mkewe {ishsha}: na wao shuruti wawe mwili mmoja. Na wao wawili walikuwa uchi, mtu {adam} na mkewe {ishsha}, na hawakujionea aibu. ...*

Kumbuka Adam alikuwa kijana rijali barabara, sababu lengo la Aba ilikuwa familia, na hivyo kila kihusikacho na hili, shuruti kilikuwa kipaumbele. Sasa piga picha kijana wa umri wa miaka 33 na bado kuwa na mwanamke, pale alipo mwona kidosho Havaa akiwa uchi kavikwa vazi la utukufu ilikuwaje? Ni katika hali hii alitamka hayo yote aliyo yasema, hata leo kuwa kiapo kwa kila mume kwa mkewe mbele za YAHWEH.

Ni fikra zetu kwamba, umri wa mnyange Havaa uko kati ya miaka 13-33. Pia ni fikra zetu kwamba, ingawa Adam alikuwa mgeni kwa Havaa kimwili, lakini Havaa alimjua vilivyo Adam. Hakuna maandiko yatajayo ufanyiko wa mabadiliko katika mwili wa Adam katika siku hii, hivyo inabaki kwetu bayana mtu alifanywa kimwili mtu mume (male) tokea awali. Na hapa ndipo ilipo kauli ya sisi kuwa, mwanaume ndiyo mfano kitaswira (wa mwonekano) wa Mungu. Ni tokea mwonekano huu, ndiyo Mungu Mwana alifanyiwa mwili duniani.

Hivi mpendwa waweza piga picha umwone Havaa alipo mwona Adam kwa mara hii ya kwanza tokea nje yake (upande wa pili), jinsi alivyo mtizama akimkagua. Na hapo-hapo mwone Adam anavyo ushangaa uzuri wa Havaa, uzidio wa viumbe wote. Havaa ni mwanamke kama yeyote leo hii, lakini katika uchanga na upya wa kila kitu. Pia tambua kuwa, wanajuana vema kinafsi mitizamo yao ijapo kuwa leo ndiyo siku ya kwanza wanakutana katika mwili. Awali walikuwa wakiwasiliana ndani nafsi kwa nafsi, lakini sasa uso kwa uso. Je wakati haya yanasemwa; nani anayo picha ya soni na aibu za Havaa, na jinsi afanyavyo usoni, mikononi, na miguuni mwake?

Katika ulimwengu leo, tena katika siku hiyo na hapo, kwa mara ya kwanza Mungu alishuhudia katika uasilia uachio wa pendo kwa kasi na kiasi ambacho bado kuonekana awali. Mbele yake aliona pendo la mume kwa mkewe likijitenga na kujidhihirisha toka lile pendo la mtu kwa Mungu wake. Maneno ya ahadi-kiapo ya Adam, siyo tu yalidhiirisha kuwa toto Havaa alikuwa ameumbwa akaumbika, bali pendo ni raha tupu pale litiwapo kazini.

Tunatamani sana ujuzi wa maneno yenye adabu, ili kuijenga picha hii nzuri sana ijitokeze kwako tokea maandikoni. Je waikumbuka siku ambayo moyo wako ulipenda kwa mara ya kwanza? Kuwa pale ukutanapo naye sauti hukuacha, na kama ipo, maneno hukutoroka hata usijue la kusema, na kama utaweza tamka kitu, basi hujikuta ukibwabwaja na tena wakati mwingine pasipo hata maana. Moyo hupasuka kwa muwako wa huba ndani yako, kila atendacho huwa chema, na cha kuvutia sana mbele yako. Na mara zote mkutanapo, kasi ya mapigo ya moyo wako huongezeka?

Sasa wajua kwa kiasi namna fulani ambayo Adam na Havaa walijikuta mbele ya kila mwenzi wake upya. Je ni aibu za kike hata anyamae zilizo sababisha mume kuchagua mke? Kwani siyo Adam kwa maneno ya ahadi aliye fanya kiapo cha ndoa? Mwanamke huletwa kwa mume amstahiliye na Mungu, na ni wajibu wa mume kumpokea kwa kiapo cha ndoa kuwa mkewe?

Hivi unajua siyo utani kuhusu hili la uzuri wa binti Havaa, kwa sababu yatamkwa baadaye kuwa, binti za watu kwa uzuri walio kuwa nao (tokea urithi wao kwake), pale wana wa Mungu (malaika waasi) walipo waona, waliacha mahali pao na kujiunganisha nao isivyo stahili. Ni toka kwao hawa walizaliwa majitu (manafeli). Wana walio matokeo ya maingiliano hayo, ndiyo viumbe maarufu wa mwanzo ya awali kabla ya gharika.

Uko utani kati ya wanazuoni kuhusu mafunzo yote haya sahihi (utani siyo sahihi, lakini wapanua vipengele vingine vilivyo jificha kuonekana hadharani), kwamba wakati Adam anafunzwa mara baada ya kuamka (toka usingizi ule), na Havaa kuachwa upande wa pili wa bustani akijitizama kwenye maji tulivu kisimani. Alielezwa na kuonyeshwa kwa picha za maono ya vizazi vya mbele wakishiriki tendo la ndoa na jinsi lifanyikavyo, na kuambiwa kuwa hao ni watoto wake, na watajua hivyo kupitia yeye. Pia alionyeshwa jinsi Havaa alivyo toka ubavuni mwake, na kufanyika mwanamke ambaye atamwita jina lake Havaa, kwani yeye atakuwa mama wa kwanza (awapaye uhai) vizazi vyote vya Dunia. Kama sisi na wewe, Adam hakujali sana wingi wa maelekezo, bali kupisha maneno na kusubiria kumwona Havaa ataonekana vipi ki-uasilia.

Mara Elohim alipo ondoka kwenda upande wa pili kumleta Havaa, ndipo alipo uona ulimbwende wake kwa kila hali na jinsi, na yeye alijikuta akibwabwaja yale yote ya Mwanzo 2:24. Utani huu waendelea kudai, eti kwa kuwa siku ile Elohim na yeye walitumia muda pamoja (kuwapa majina wanyama), na giza limekaribia, alihofia asije kumwambia Adam twende Mbinguni ukalale huko na kurudi kesho kumjua mkeo. Hivyo alisema: iwe shuruti (kwa jinsi ya uzuri wake huu) mtu amwache 'baba' na kuendelea kufumbia akikumbuka maono yale kuhusu 'kuungana' na kisha kuwa 'mwili mmoja.' Alisema haya akimfumbia Elohim kuwa, anaweza kurudi Mbinguni sasa, kwani kazi yake leo imekwisha.

Elohim alimcheka tu na kusema; kwa neno la mdomo wako, itakuwa hivyo juu ya wanaume wote. Utani unamalizika kwa kusema kwamba, ni kwa ajili hii ndiyo Elohim alipo utwaa mwili mume na kuitwa Yeshua aliye Adam wa Mwisho, hakuchukua mke kati ya binti za watu, ili asifungwe na kile alicho kisema Adam wa kwanza kuhusu eti kumwacha Baba (utani).

Hapa na tena leo ndiyo siku ya harusi kitabuni humu, hivyo leo na hapa ni siku ya furaha. Hata sisi tumejiachia na kufurahia pamoja nao mwanzo wetu huu. Kweli mtu-mke na mtu-mume tu viumbe wazuri sana, na ndoa katika pendo la mume na katika kujikabidhi kwa mke ni sawa na tunda lisiloisha utamu wake milele. Ndoa ni zawadi yetu toka kwa YAHWEH, ndoa ni raha ya maisha ya Mbinguni hapa duniani. Hakika kila jambo jema na zuri hutoka juu Mbinguni!

Sasa fungua macho na uone, Elohim alifanya mke mmoja kwa Adam, aliye bikira, na asiye tazama waume wengine isipo kuwa mumewe pekee. Kwa tamko la kukiri la Adam hati ya ndoa iliandikwa mioyoni mwa Adam na Havaa kwa kadri ya siku zao zote za maisha yao hapa duniani. Na hivi ndivyo ilivyo kuwa kwa Havaa tokea ndoa hiyo hata kifo chake. Haikuwezekana wala kustahili kwa Adam kuoa mwingine katika ujane wake, kwani pamoja na kutowezekana huko, wote walikuwa ni aidha binti, au mjukuu, au kitukuu chake.

Kwa Adam, Havaa ndiyo ua lake la milele, na mama wa wote wenye miili. Hata sisi tunasubiri kwa hamu siku ya kukutana na mama yetu mzazi huyu, kama tusibirivyo kwa hamu kuu, kumbatio la raha toka kwa mama yetu Bikira Miryam[14] (ulikuwepo ujadilifu ndani kwamba, endaikawa Bikira Miryam ni dada kwetu, lakini ipo kauli iliyo sema yeye ni mama yangu, nami ni kaka yako, huyo ni mama yako). Hawa ni mama zetu, na sisi tu watoto wao, katika Baba Mungu mmoja milele na milele. Amin!

Ndoa ya Pili

Ndoa ya kwanza ilikuwa kati ya Adam na Havaa, ila ni hii ya pili iliyo kisa na mkasa kwako, kwamba yawezekana vipi kaka na dada, wana wa baba na mama mmoja kuoana. Kipindi hiki ni kipindi cha kibali maalumu chini ya ulinzi wa mkono wa YAHWEH, ili agizo la kuijaza Dunia litimie. Hivyo ni kwayo hii ndoa ya pili tuonapo jinsi mtu atakavyo ongezeka mpaka kuijaza Dunia yote.

Hivyo katika mwanzo huu kabla ya uzalio wa kizazi cha tatu kilicho matunda ya ndoa hizi za dada na kaka tofauti-tofauti, ndoa zote tunaziita ndoa za pili kwa maozo kati ya dada na kaka chini ya ulinzi wa YAHWEH. Hatuoni sababu ya kujadili ndoa za tatu, kwani ziliweza kuwa kati ya watoto wa Adam na Havaa na watoto hawa wa ndoa za pili kwa upande mmoja (baba mkubwa/mdogo au shangazi), au ndoa kati yao watoto wa ndoa hizo za kizazi cha tatu walio ndugu. Hivyo mpaka ufikapo kizazi cha nne, tayari maingiliano kati ya wana ndugu kindoa ni makubwa sana, hata msemo wetu wa Kiswashili: watu wote tu wana ndugu, kuwa sahihi.

Tunajua kwa sayansi maingiliano ya kindoa kati ya wana ndugu (incest) kidamu (genetics) huweza kupelekea madhara kama ukichaa, mtindio wa ubongo, vifo, na mengi mengine[15]. Hapa ndipo kibali cha YAHWEH kwa ulinzi wake kilipo wekwa ili kutimilisha agizo-baraka lile la kuzaa hadi kuijaza Dunia na kuitiisha. Ulinzi huu ulikuja ondolewa ndani ya kipindi cha ujio wa toraha, kama lisomekavyo agizo hilo toka Torati 27:22 ... Alaaniwe *yule ambaye atalala {atajamiiana} na dada yake, binti wa baba yake, au binti wa mama yake. Na watu wote shuruti waseme, Na iwe hivyo {Amin}.* ...

Turudi tena kwenye hii ndoa ya pili ambayo ni aidha Kayin au Sethi. Maandiko yaonyesha Sethi alizaliwa baada ya Hebel kufariki (Mwanzo 4:25), hivyo ni fikra zetu Kayin ndiye aliye fanya ndoa ya pili juu ya dada yake (tunaelewa kuhusu ufukuzo wake na utio wa alama usoni pake). Na bado twasoma hivi toka Mwanzo 4:17 ... *Na Kahyin alimjua mkewe; naye akawa mjamzito, na akajifungua Hanok: na yeye alijenga mji, na akaita jina la mji, baada ya jina la mtoto wake wa kiume, Hanok. ...*

Tunaona Sethi akitajwa mbele na tena baada ya utajo wa Hanok, hivyo ijapo kuwa wako makamo mamoja, lakini tunaona uwezekano mkubwa kwamba, Hanok ni mkubwa kuliko Sethi. Pia shuruti uelewe kwamba, kwa desturi ya uandishi wa kale wa Kiebrania, mwanamke hatajwi. Hivyo labda Hebel alikuwa na dada anaye mfuatia, au Hanok alitanguliwa na dada. Maelezo haya yanafanya Sethi kuwa na uchaguzi wa kuoa mtoto wa kike wa kaka yake Kayin (mwanaye), au mmojawapo wa dada zake kama kaka yake Kayin alivyo fanya.

Utajo wa uwepo wa wana wa kike kati ya Adam na Havaa waonekana katika andiko la Mwanzo 5:4 ... *Na siku za Adam baada ya yeye kumzaa Shet zilikuwa miaka mia nane {800}: na alizaa watoto wa kiume na wa kike: ...* Kwa tarehe hii ya kuzaliwa Sethi inatupa uhakika kwamba, umri wa Kayin ulikuwa takribani miaka 120-130. Hivyo yawezekana kuwepo kwa dada kadhaa wa Kayin wenye miaka 33-100 ambao kidesturi hawahesabiki isipo kuwa Sethi wa kiume tu. Pia hii inatupa hakika ya kuwepo kwa wana wengine wa kiume na wa kike walio wa Kayin. Hata uwezekano wa uwepo wa binti wa kizazi cha tatu kwa upande wa Kayin wenye umri wa kuolewa na Sethi.

Je yawezekana uchungu wa kifo cha Hebel uliwaduwaza kwa miaka takribani 130 bila kuzaa tena? Kama hili la pili ni sahihi, mke wa Kayin bado ni suala gumu la ujadilifu, kwani zaidi ya mama yake hakuna mwanamke mwingine. Pia tafakari hii yatuonyesha kwamba, wana wa Kayin wangeweza pasipo shaka kuoa shangazi zao, au hata kuolewa na Sethi baba yao mdogo.

Tunajua sasa kuhusu hakika ya Kayin kuwa na mke, lakini vipi kuhusu Sethi mwana wa pili wa kiume? Mwanzo 4:26, 5:7 ... *Na kwa Shet, kwake pia alizaliwa mtoto wa kiume; na yeye alimwita jina lake Enosh: ndipo walianza watu kuliita jina la YAHWEH. ... Na Shet aliishi baada ya kumpata Enosh miaka miaka mia nane na saba {807}, alizaa watoto wa kiume na wa kike: ...*

Kwa ujumlisho wa uelewa wetu mpaka sasa, twaweza sema ndoa ya kwanza ni hakika ilikuwa kati ya watoto wake Mungu alio wafanyia miili yao. Ndoa ya pili kwa wingi wazo zilikuwa ni kati ya wana ndugu, yawezekana pia watoto wa baba na mama mmoja. Katika haya kibali cha ruhusa ya Mungu na mkono wa ulinzi wake ndivyo vilikuwa mafanikio yao.

Pale alipo zuia kwa toraha, hapo ndipo mkono wa ulinzi na kibali hicho vilikoma hata mpaka leo hii. Iko siku huko mbele sayansi itatambua ni nini kilikuwepo kwao watu hawa wa mwanzo, hata isiwe tatizo kama ilivyo leo. Tunajua mbegu ya mbegu hutenda vema katika urudifu kuliko kivuli (copy) cha nakala (duplicate), je hili linalo tofauti hizi katika vinasaba (genes) pia?

Kwa kuwa dhana hii tume-ithibitisha kwa ndoa ya kwanza na za pili, ambazo ziko ndani ya kipindi cha Adam mpaka Noakh. Je siyo vema tukagusa karibu na mwisho wa kipindi cha Abraham mpaka Mosheh pale zuio lilipotoka? Je ni nani aliye bora zaidi kwako kuthibitishiwa dhana hii zaidi ya baba wa imani mwenyewe Abraham? Hili lajifichua vema kwenye utetezi wake pale alipo sahiliwa na mfalme Abimaleki katika Mwanzo 20:11-12 ... *Na Abraham alisema, Sababu mimi nilijiambia, hakika kumtetemekea Elohim hakuko mahali hapa; na wao wata-nichinja mimi kwa ajili ya mke wangu. Na bado kwa hakika [yeye ni] dada yangu; binti wa baba yangu, lakini siyo binti wa mama yangu; na yeye akawa mke wangu. ...*

Kama hivi ilikuwa kwake, na kwamba kwisha kupita miaka mingi katika urafiki wake na Mungu, na tena katika siku za uzee wake (alifikiri kifo kinamkaribia, lakini aliishi miaka mingi zaidi) tazama kipi aliagiza juu ya ndoa ya kijana wake, mrithi wake Yitzhakh: Mwanzo 24:38 ... *Lakini wewe shuruti uende kwenye nyumba ya baba yangu, na kwa ndugu zangu, na uchukue mke kwa kijana wangu. ...*

Je wataka kujua mke huyo Ribkah wa Yitzhakh ni ndugu kwa ukaribu gani naye? Mwanzo 24:15 ... *Na ilikuja kuwa, kabla hajamaliza kuongea, hayo, tazama, Ribkah alitoka nje, ambaye alizaliwa kwa Betuel, mtoto wa kiume wa Milka, mke wa Nahor, kakake Abraham, na mtungi wake juu ya mabega yake. ...*

Hivyo basi; Yitzhakh na Ribkah ni wana-ndugu, watoto wa baba mkubwa na baba mdogo. Kwa mchunguzi wa maandiko ziko simulizi nyingi za kukosekana uzazi kati ya wana ndugu hawa hata uwepo mkono wa ulinzi ili uzazi kutokea. Hivyo kwetu hili ni hakikisho kuwa, hivi sivyo ilivyopasa watu kuzaana, kuongezeka, na hata kuijaza Dunia. Tazama maandiko haya: Mwanzo 11:30 (Sarai mke wa Abraham alikuwa tasa), Mwanzo 25:21 (Ribkah mke wa Yitzhakh alikuwa tasa), Mwanzo 29:31 (Leah na Rahel wake za Yahkob wote walikuwa tasa), Kutoka 23:26 (kwa sheria izuiayo ndoa za wana ndugu tatizo hili lili-pangiwa ukomo ndani ya Yisrael).

Kwa Mwanzo 28:2-9 unaona Esau akiwa pasipo tatizo la utasa, kwani alikwenda kuoa kwenye mji wa baba yake mkubwa kwa babu yake Abraham, lakini siyo kwa bibi yake Sarah bali Hagar. Ni Hagar huyu mapokeo ya Kiyehudah hufundisha ndiye aliye pokea jina Keturah, baada ya kuolewa rasmi alipo fariki Sarah. Hivyo binti wa Yishmael ambaye Esau alimwoa mke wa pili Mahalathi ni mtoto wa baba yake mkubwa. Hivyo Yahkob alioa watoto wa mjomba (binamu) na Esau alioa dada zake, watoto wa baba mkubwa lakini kwa mtiririko wa Hagari na siyo Sarah.

Ili kukifunga kipindi hiki cha pili cha uthibitisho kati ya Abraham mpaka Mosheh kuwa wana ndugu ndiyo walio oana wenyewe, ni vema tumalize na wazazi wa Mosheh mwenyewe. Tunasoma hilo toka kitabu cha Kutoka 6:20 ... *Na Amram alimchukua Yokebed dada wa baba yake kuwa mkewe; na alimzalia yeye Aharon na Mosheh: na umri wa maisha ya Amram [ulikuwa] miaka mia moja thelathin na saba {137}. ...*

Amram baba wa Mosheh alimwoa shangazi yake (dada wa baba yake), aitwaye Yokobedi. Sasa wajua hakika ya uwepo wa ndoa kati ya ndugu wa tumbo moja, na hata ndugu wengine wa karibu. Ni kwa hivi tulijifunza katika toraha kwamba, pasipo sheria dhambi ilikuwa imejificha. Lakini pale ilipo kuja toraha, alikuwa kama mwalimu wetu kutufunza lilo sahihi na lililo makosa. Ni kwa hivi ndiyo andiko lile la Torati 27:22 lilikuja kama tulivyoona awali kuwa, amelaaniwa afanyaye ndoa na dada yake na hivyo kumaanisha hata na kaka yake.

Kujua nguvu kazi ya kweli ya laana hii, hebu tutizame pamoja II Shemuel 14:27. Hii ni habari ya binti mzuri wa sura Tamari, binti wa Absolomu mwana wa Shelomoh (Solomon), aliye mwana wa David. Ni lengo letu uone 'laana ya uchafuzi wa ndoa' na 'laana ya maingiliano na dada' aliye ndugu kwisha kuja toraha. Milango hii miwili ilifunguliwa na mfalme David kwa tamaa yake juu ya mke wa Uria, aliye kuwa kamanda wake muadilifu, ambaye alipanga njama auawe vitani, na hivyo kumchukua mkewe Bathshebah kuwa wake yeye.

Ni kwa huyu Bathsheba ndiyo Shelomoh mwana wa David alizaliwa. Ni Shelomoh huyu wa mlango huu ndiye aliye kuja kuoa wake 700 na mahawara 300! Watoto wake Shelomoh; Rehoboam aliyerithi ufalme wa Yehudah, alimwoa Maaka mtoto wake kwa kakaye Absolom. Pamoja na huyu kwa kadri ya II Kronikozi 11:21, alikuwa na wake 18 na mahawara 60. Kwa hawa wote alikuwa na wana wa kiume 28 na wa kike 60. Mtoto mwingine wa Shelomoh kwa II Shemuel 13:2-32 ni Amnon, ambaye alimpenda na kumbaka binti yake Tamari aliye kuwa mtoto wa kakaye Absolom, na kwa hili Absolom alimwua Amnon.

Maandiko yako bayana kwa ndoa ya kwanza na za pili kuwa zasadikika kuwa za mke mmoja. Na hata ifikapo kipindi cha gharika, twaona familia zilizo kombolewa ni zile za mke mmoja. Hata Yitzhakh mwana wa Abraham aliye umfano wa Adonai Yeshua katika mengi, alikuwa na mke mmoja, aliye mzalia Yahkob na Esau pacha wake.

Katika toraha kwa Hesabu 36:1-11, tunaona mantiki nzima ya kuoana ndani ya wana ndugu ikifunuliwa hivi: Hesabu 36:8 ... *Na kila binti, ambaye anamiliki urithi ndani ya kabila lolote la wana wa Yisrael, shuruti awe mke {aolowe} na mojawapo ya familia ya kabila la baba yake, ili wana wa Yisrael waweze furahia kila mtu urithi wa baba zake. ...*

Urithi ni ardhi yenye mizabibu iletayo mvinyo, au mizeituni iwapayo mafuta, au ngano iletayo mkate chakula kikuu pamoja na mifugo. Urithi ni wa wana na ndugu. Kama hivi ndivyo, je iwapi hofu ya kurithisha binti mali kwamba zitahamia kwa mumewe? Hiki ndiko kigezo leo ambacho kisirisiri bado wanaume wengi hupenda kuzaa wana wa kiume, kwa ajili ya uendelezo wa jina na mtiririko wa damu sahihi ya mali za jasho lake.

Wana wa Mungu na Binti za Watu:

Iko dhana itembeayo chini kwa chini hata ndani ya sinagogi (eklesia) kwamba, wana wa Adam na hususani ndoa ya pili ya Kayin, shuruti ilikuwa kati yake na 'majitu.' Wewe wajua hii siyo sahihi, kwani umeshaona kuwa Kayin alioa mke toka dada zake. Ni fikra zetu kwamba, malaika waasi huchukua jinsia ya kiume tu (kama adam naye alivyo umbiwa kwa mfano wa Mungu), na hatuna hakika kama walikuwepo wanafelim wa kike (uwezekano upo), kwani biblia hutaja wa kiume pekee.

Tunajua kuwa Sethi hakuwa na mtoto wa kiume mpaka alipo fikisha miaka 235 toka uumbaji, na mtoto wake hakuwa na mtoto wa kiume mpaka ilipofika miaka 325 toka uumbaji (Mwanzo 5:3-9). Hata kabla Sethi hajawa na mtoto awezaye kuoa, utajo wa neno 'wana wa Mungu' ulishaanza tumika kumaanisha siyo wana wa Adam, Kayin, au Sethi, bali wa Elohim. Hawa walikuwa ni malaika walio acha maeneno yao (II Petros 2:4, Yehudah 1:6-7), pia tazama nyaraka za kale [Septugiant; Yosefu, Antiquities Book 1, 3:1; Ante Nicene Fathers, Vol VIII, p. 273]. Pia uko uthibitisho uonyeshao kwamba, mchanganyiko huu haukufanyika awali hivi.

Katika historia ya kale, majitu (giants) hawa walikuja julikana kwa majina mengi kama; nefili kwa umoja, na wingi wanafelim, anakim, emim, refaimu, zamzumim, na wana wa uzao wao walijulikana Kiebrania kama gabori (yaani watu mashujaa na mashuhuri wa kale). Kwa uelewa makini wa suala hili kabla ya kwenda mbele, ni vema ukajisomea kwa ufasaha maandiko haya, ili uweze safiri nasi katika kasi yetu: Mwanzo 6:1-4, Hesabu 13:33, Iyob 16:14, 26:5, Torati 1:28,

2:10-11,3:11,13, 19-21, 9:2, Yehoshua 11:21-22, 12:4, 13:12, 14:12-14, 15:8,20, 18:16, I Shemuel 17:4-6, II Shemuel 5:18,22, 21:16-22, 23:13, I Kronikozi 11:15, 14:9, 20:4-8, Zaburi 88:10, Mithali 2:18, 9:18, 21:16, Yeshayah 14:8-9, 17:5, 26:14-19 (Yokhana 5:28-29).

Na uthibitisho wetu kuhusu majira ya kuanza kwa mchanganyiko huu ni andiko la Mwanzo 6:1-2,4 ... *Na ilikuja kuwa, pale wana-adam walipo anza kuongezeka juu ya uso wa Dunia, na binti walizaliwa kwao, Hivyo wana wa Elohim waliwaona binti za wana-adam [kuwa] wao ni wazuri; na waliwachukua wao wake wote wale walio wachagua. ... Walikuwepo wanepilim*[16] *{majitu} duniani katika siku hizo; na pia kabla ya haya, pale wana wa Elohim walipo kuja kwa binti za wana-adam, na kuzaa kwao, hao [wakaja kuwa] watu mashujaa ambao [walikuwa] ni wa kale, viumbe {enosh} wenye majina mashuhuri. ...*

Sasa ni bayana wapi hekaya za miungu wa Kigiriki na Misri zilizo kimbilio la filamu za Holywood zilitoka. Hekaya hizo ni matokeo ya simulizi za kale, zilizo pindishwa na kujazwa sifa lukuki. Simulizi zote ni hila ya ibilisi satani kuendelea kujikweza, huku akipindisha maandiko matakatifu. Inabaki kweli kuwa, malaika walio-acha mahali pao kufanyika wanafelim, walikuwa na wasifu tofauti sana na huu wa mtu. Ni uasi wa mchanganyiko wa uchafuzi huu wa mbegu ya mtu duniani, ulio pelekea gharika ili kuhifadhi uzao wa mbegu safi ya Adam hapa duniani, ili kwayo Mkombozi aje.

Kwa maandiko pia twajua, uasi wa malaika hawa ulijirudia tena hata baada ya gharika. Ni kwa sababu hiyo twasoma Yehoshua na mfalme David waki-waangamiza. Maandiko yaonyesha mfalme David ndiye aliye wafuta hawa toka uso wa Dunia.

Leo hii adui kwa kutumia mafuvu ya mabaki yao hawa, hulaghai walio wake kwamba, huo ndiyo uthibitisho wa uwepo wa viumbe wengine wenye ufahamu nje ya Dunia (extra terrestrial/ alien) ambao walileta ustaarabu duniani. Siku hizi huonyeshwa sana na vituo vya televisheni[17] vinavyo unga mkono nadharia potofu za evolusheni ya

Darwin. Hawa ni wapinzani wa imani ya uumbaji (creation). Kwa kuwa upinzani huu siyo wa kisayansia tena, basi hawa nao ni wa imani potofu. Ni imani yao hii ipelekeayo vituo[18] hivyo kuonyesha vipindi vya kufikirika (documentary) vingi sana, ambavyo ni maalumu kupinga imani ya Kiebrania na Kikristo.

Malaika hawa walio-yatoka makazi yao ya asili, na hali yao ya kiroho ya awali (tereo, oiketerion -Kigiriki), na kuingia hali ya uanadam, ili kuzaliana na binti za wana wa Adam, inatajwa kivutio chao ni ulimbwende wa binti za watu. Madhara ya tendo lao hili ni uharibifu wa mbegu ya uzazi wa mwanamke (seed of woman), ili kuchafua asili ya mtu (adamite stock), na hivyo kuzuia ujio wa mteketezi wao (Mwanzo 6:1-4, II Petros 2:4).

Mpendwa kamwe usihofu tena hili, kwani alisha wakusanya gerezani malaika waasi wote wa awali walioacha mahali pao pa asili. Hao aliwafanya mfano pale alipo watupa kuzimu, na akisha kuwatia gerezani humo aliwafunga minyororo ya kiroho mpaka leo: Yudas 1:6 ... *Na malaika ambao hawakubaki katika asili na nafasi zao, lakini waliyatoka makazi yao wenyewe, yeye amewahifadhi ndani ya minyororo ya milele chini ya kiza mpaka hukumu ya siku kuu. ...*

Maandiko kwa Mwanzo 6:9-12 yatu-hakikishia kwamba, isipo kuwa Noakh na familia yake, wengi sana wakati huo walikuwa mchanganyiko huu mchafu. Ni kwa uelewa huu sisi hudai; ni aina ya dhambi za watu, na hawa malaika waasi (ambao kwao walipatikana wanafelim) kwa kuchagua kuyaacha makazi na maumbile ya uumbaji wao, ndiyo ulipelekea gharika kuu ya Dunia.

Wanataaluma hukisia katika miaka 1656 tangu uumbaji mpaka gharika idadi ya watu kuwa kati ya milioni 150-500 wakitokea uzao (blood line) wa Kayin na Sethi. Ni fikra zetu pia kwamba, mabinti wa pande zote mbili kwa uchache wa wanaume (kama ulivyo ona jinsi ichukuavyo muda kuzaliwa kwao), wali-chukuliwa na kukabali ndoa na malaika walioasi mahali pa maumbile yao, na kutokea maingiliano haya, ndiyo tatizo la majitu lilikuja kuwepo. Mchanganyiko uliendelea kwa kipindi kirefu hata familia hii ya Noakh kuchaguliwa pekee toka vigezo viwili: -

1. Noakh ni 'sadiq' kwa Kiebrania, neno ambalo kama Kiswahili chake ni muumini katika Mungu, na hivyo mwenye haki (righteous).
2. Kwamba Noakh ni 'tamim' kwa Kiebrania kama ilivyo kwa Kiswahili neno hili (timamu, kamilifu) ndivyo lilivyo na tena huongeza pasipo upungufu wowote.

Asemacho Elohim hapa ni kwamba, uzao wa Noakh ni mbegu safi ya Adam (adamite stock), pasipo punje ya uchanganyiko na uchafuzi wa wanafelim. Pale kutembea na Elohim kutajwapo juu ya Noakh, hurejelea uadilifu wake, na ukubalifu wake kwa maelekezo ya Elohim juu ya wana wa Adam. Hivyo kutembea huku naye, na toka vigezo vile 2 juu, ndiyo twaona ufichuzi wa sababu ya yeye kuchaguliwa toka Mwanzo 6:9 ... *Hivi [ndivyo] vizazi vya Noakh: Noakh alikuwa mtu wa haki (sadiq) [na] mkamilifu (tamim) katika kizazi chake, Noakh alitembea na Elohim. ...*

Katika ujadilifu wetu wa mada hii ndogo, sisi huona jambo kuu sana ambalo halitajwi kabisa na lipo kana kwamba halipo. Ni fikra zetu kwamba, kama hayuko anaye lifichua, basi acha sisi tutangulie mbele na kutaja tukionacho pasipo kuonyeshwa. Ili wewe ufikie hitimisho letu, itabidi uwe mvumilivu kutiririka na fikra zetu hadi hapo. Ukisha fika hapo, ndiyo sasa waweza jiuliza kama msomi makini, je uko mtiririko mwingine kifikra ambao waweza kunififikisha kwenye hitimisho tofauti nalo hili?

Je wakumbuka kuwa Adam ni sura ya Mungu? Je wakumbuka pia kwamba siyo Adam aliye tolewa, bali nafsi mke na kufanywa Havaa? Je wakumbuka pia kwamba kwa uasi wa tunda la mti wa kati, Adam alifanywa kiongozi wa familia, na Havaa kutakiwa kujiweka chini yake? Sasa hebu fikiri tena hata kichwa cha utambulisho wa mada hii kitajavyo: 'Wana wa Mungu & Binti za Watu.' Hivi malaika wote wana maumbile ya kiume? Kama yuko wa kike, vipi vijana wa watu hawaku-chukuliwa nao ndoani? Au ni kwa sababu yai la uzazi (ovari) au uzuri na ulimbwende uliwekwa kwa Havaa pekee? Je ni uzuri au uhitaji wa kuzaa na kuongezeka, ndiyo huvuta kila kitu na kila jambo kwa binti za Adam? Kama hivi ndivyo, je yawezekana mabinti za watu ni wazuri kuliko malaika wa kike (kama yuko malaika wa kike)? Au malaika wa kike hawana ovari (womb), sababu malaika hawana kuoa au kuolewa? Je wakumbuka pia, pale tulipo hitimisha awali kuwa, mtu (adam) wa kwanza alikuwa na maumbile na mwonekano wa kiume (male)?

Sisi hatufikiri kilicho pelekea kuondoka mahali pao malaika hawa, ni uvutio kwa unyange wa binti za watu pekee, bali hila na mkakati makini wa baba wa uasi adui (satani) ibilisi lucifer nyoka wa kale. Yeye alikuwa na kihede cha hofu ya siku ya ujio wa Mkombozi (Yeshua) duniani, tokea uzao wa mwanamke (Bikira Miryam). Kama hivi ndivyo, basi yawezekana kuwa sahihi kwamba, ushambulio wa mbegu ya mwanamke (Mwanzo 3:15), ndiyo ulio pelekea wanafelim. Je alitaka ajaye shuruti awe kati ya wana wa adui, sababu haita-kuwepo mbegu safi duniani iliyo kwa taswira ya Mungu (maandiko hayasemi malaika nao waliumbwa katika sura ya Mungu)?

Huku kwetu sisi tuzungumzao Kiswahili, na ambao tulibaki katika ufuniko wa kiza kwa kipindi kirefu, ziko hekaya za majini (ibilisi) wachukuao sura za kike kuwavutia waume na kufanya nao mapenzi wakiwa usingizini. Ziko hata simulizi za hao kuchukuliwa majiani, na kupelekana hata nyumbani. Tena pwani wanazo nyimbo zinazo sifu ujuzi wa mahaba toka kwao wana hawa wa uasi. Kama hivi ndivyo, je wanao uwezo wa kujigeuza mtu mke au mume, au wako malaika waasi wa kike? Kama hii ni kweli kwa nini hakuna wanafelim tena, watu mashuhiri wa nyakati hizi?

Tena wako kwa simulizi vibwengo ambao hawa ni wafupi, lakini hawa ni wa kiume, nao hufanya uchafuzi wao pasipo kujali jinsia au umri na tena hufanya hivyo kwa wote wa mji huo ndani ya usiku huo wajapo. Kwa hizi simulizi za pwani, twajua hawa ni watu walio na nguvu za giza toka ibilisi (wachawi), ambaye huwa-wezesha kufanya hivi juu ya wale wasio na Kristo Yeshua kama Mungu na Mkombozi wao. Karibu kwa Kristo Yeshua, kwani ni kwake pekee ushenzi huu, na hofu zake zote haya, hukomeshwa milele.

Satani ibilisi hakuweza kulifumbua fumbo la mbegu ya mwanamke mpaka pale Adam wa Mwisho alipo kuja. Wanafeli kuchanganya uzazi na mwanamke, hicho kilikuwa kiumbe kipya, na siyo mzao wa mwanamke. Hata sayansi husema; damu ya mtoto, ndiyo damu ya baba yake, na siyo mama yake. Alicho kifumbia Elohim, ni matumizi tu ya yai la mwanamke.

Hivyo Ruak HaKodeshi alimchukua Mungu Neno kufanyika Mbegu, na kumpandikisha katika yai la tumbo la uzazi (womb) wa mwanamke Bikira Miryam. Ni huku ndiko alipo utwaa mwili na kufanyika mzao wa Mwanamke (Mwana wa Mtu), Adam wa Mwisho. Kwa jinsi hii Emanuel huyu, ndiye Mkombozi wa mtu. Hiki ndicho kitendawili kilicho mwacha ibilisi lucifer kadondoshwa chali chini, na tena akigaragara kwa tumbo mavumbini, hoi mwana wa taabani!

Huu ndiyo ushahidi wetu juu ya haya: Luka 1:35 ... *Na malaika alimjibu na kusema kwake {Miryam}, Ruak HaKodeshi atakuja juu yako, na nguvu ya Eliyon itakufunika {kwa nuru yake ing'arayo sana} wewe: Hivyo basi hata mtakatifu huyo ambaye atazaliwa nawe shuruti ataitwa Mwana wa Mungu {YAHWEH}.* ...

Hakika sasa wajua kuhusu jinsi ndoa ya kwanza ilivyo kuwa, ndoa za pili, na hata maingiliano kati ya mabinti za watu, na wana wa Mungu. Haya maingiliano yaliingilia lisilo wahusu kabisa, kwani agizo la kuzaana hadi kuijaza Dunia halikuwa lao. Hivyo maingiliano hayo hayakuwa ndoa, wala haikuwa uasherati au uzinzi, kwani hiki kitokeacho hapa kilikuwa uasi wa aina mpya kabisa.

Ni kwa jinsi hii hukumu zao hawa za kifungo hazi-kusubiri siku ya hukumu (kosa lilikuwa nje ya toraha), bali mnyororo kila wafapo kuirudia milele ya kiroho. Ziko simulizi kwamba, wale malaika walioasi ndiyo walio kifungoni, lakini wana wao kwa wanawake wa awali, ndiyo pepo wachafu wa leo. Sisi tunajua adui yako (satani) aliye pia kiongozi wa uasi wa malaika ni lucifer (devil). Na malaika walio asi kumfuata yeye katika ngazi zao mbalimbali ndiyo maibilisi (demons). Ni fikra zetu kwamba, ni hawa ibilisi ndipo wanapo muingia mtu kumdhuru, hujulikana kama pepo wachafu. Mambo haya ambayo siyo yetu, hayo ni ya YAHWEH, hivyo na tumwachie yeye.

Kanuni za Ndoa Kihistoria:

Tafsiri ya ndoa mwanzo kule, ilibainisha bayana kuwa; ndoa ni kati ya mtu mume (male) na mtu mke (female). Ni kwa jinsi hii mahusiano ya aidha malaika walioacha mahali pao na binti za watu, hatukudiriki kuyaita ndoa. Hivyo hivyo mahusiano ya jinsia moja aidha ya kike kwa kike (lesbian) au kiume kwa kiume (homosexual), kamwe haiwezi pelekea ndoa. Tulisema hivi sababu ya ujio wa ndoa, ni ile baraka-amri ya kuzaa na kuongezeka hadi kuijaza Dunia kupitia mbegu ya Adam pekee.

Katika uchunguzi wetu maandikoni, tumeona hili sula la ndoa linazo kanuni takribani 7 muhimu kwa yeyote atakaye kufahamu kinaga-ubaga chake. Na ili wewe kufahamu hili vilivyo, sisi huona vipindi takribani 6 ambavyo kwavyo tutafanyia uchunguzi wetu. Katika haya mawili, shuruti wewe utaona ufanisi wa Mafundisho ya Ndoa kitabuni humu: -

NA	VIPINDI VYA UCHUNGUZI		NA	KANUNI ZA NDOA
1	Adam mpaka Noakh		1	Ndoa za Dada na Kaka
2	Noakh mpaka Abraham		2	Ndoa za Wanandugu
3	Abraham mpaka Mosheh		3	Ndoa za Mke Mmoja
4	Mosheh mpaka David		4	Ndoa za Wake Wengi
5	David mpaka Yeshua Kristo		5	Wana wa Elohim Kuzaa na Binti za Watu
6	Yeshua Kristo mpaka Milenia		6	Uwepo wa Majitu
			7	Uwepo wa Marufuku za Toraha (Torati 27:22)

Yako mengi sana yanayo semwa kuhusu kanuni hizi 7, lakini ni wajibu wa msomi makini kuyachunguza maandiko, na toka hayo pekee kufanya hitimisho la kila suala. Mpendwa jisafishe kutu zote za itikadi na falsafa za kidini, ili kama kioo cha kujitizamia, hili liwe tambara la Ruak kusafisha mavumbi yote, hata uweze kujiona vema, na kuitambua kweli yake.

Haiwezekani kwa nafasi na wakati sisi kuweza oanisha yote yastahiliyo, hivyo kwa haraka tutafanya ufupisho toka kila mojawapo kwa vipindi vyote. Kwa kusema hivi, hivyo sisi twajua wapi tuende maandikoni, na tukiwa huko nini tukichungue, ili kuleta kwa ufupisho makini kwako. Kupitia vipindi hivi utajionea mwanzo wa kanuni hizi, kukua kwazo, na hata jinsi ilivyo leo.

Kwa kufanya hivi itakuwa rahisi kwako wakati ufikapo huko mbele, kufanya hukumu zako au kuelewa hukumu zetu. Kuhusu hili la kuhukumu iliandikwa hivi kwa ajili yako katika I Wakorintho 6:3 ... *Hivi nyie hamjua kwamba sisi tuta-wahukumu malaika? Sasa ni kwa kiasi gani zaidi mambo yanayo yahusu maisha haya? ...*

Tutasema mengi kwa ujasiri wa kweli ya maandiko pekee, tena bila kujali desturi na mila zako, dini yako, theolojia yako, itikadi zako, elimu kwa mafundisho yako, au falsafa za watangulizi wa dhehebu lako. Huko mbele tunako elekea; utaimarika, utajazwa maarifa kwa vigezo vya YAHWEH kuhusu haki ya ndoa. Wewe utaiona kweli, nayo kweli itakuweka huru siku zote za maisha yako. Mafundisho yote potofu ya awali yatakutia aibu ndani yako, kwani kurunzi yake ita-ya-akisi hayo leo hii. Utakiri kwa ushawishi mkuu ndani yako kuwa, hakika YAHWEH yuko mahali hapa!

Adam mpaka Noakh

Umeshaona ujadilifu wa kipindi hiki awali kwamba, dada na kaka wa baba na mama mmoja ndiyo walio oana katika ndoa za pili. Uliona ndugu pia wakioana. Tunaona ndoa ya kwanza iliyoweka msingi ikiwa ni ya mume na mke mmoja. Tunaona mazingira ya mke mmoja hata kwa ndoa ya pili. Hata ndani ya safina ya Noakh wakati wa gharika, bado ndoa ni za mke na mume mmoja kwao hawa waume 4 na wake zao 4 walio kombolewe.

Ni katika kipindi hiki ndiyo tunaona uwepo wa 'majitu' na maaingiliano batili kati ya wana wa Elohim na binti za watu. Ni hapa ndiyo wana wa uzao huu wanafelim, walijulikana kama majitu walio kuwa watu mashuhuri na mashujaa wa kale.

Hakukuwa na marufuku katika kipindi hiki kuhusu aina au jinsi ya kufanya ndoa kwa rekodi zote tulizo pewa na maandiko matakatifu. Ila ulikuwepo mfano hai kwa nyakati zote mbili za kwanza; wakati wa kufanywa mtu, na kwa wataua walio kombolewa toka gharika kwamba; ndoa ilikuwa ya mume na mke mmoja.

Noakh mpaka Abraham

Kwa kiasi pia tulisha yaona yahusiyo kipindi hiki. Mara baada ya gharika tunaona kubaki kwa baba na wanawe watatu wa kiume, kila mmoja wao akiwa mume wa mke mmoja. Pia tunaona mwanzo mpya kwisha ukomo wa majitu kufanyika duniani. Kwa jinsi ya mwanzo huu wa pili kwa familia za watu, basi ni hakika wana ndugu walioana tena kama ilivyo kuwa awali. Wana ndugu kati ya kaka na dada kwa baba na mama mmoja au kwa baba mkubwa na baba mdogo.

Katika mwanzo huu mpya, ndiyo tunaona mwishoni mwa kipindi hiki, mtu naye akianguka katika dhambi ya uzinzi, uasherati, na ovu zaidi kwa usenge (sodomy). Tunajua kwa Yudas 1:6-7 kwamba, ukuu wa dhambi hii ya ufiraji ni kule kwenda kwake kinyume na sababu ya uwepo wa ndoa, pia kinyume na maumbile kwa viungo vya mtu mume na mke. Kama ushoga ulivyo batili kati ya watu wa jinsia moja, ndivyo pia ilivyo kati ya wanandoa.

Yote haya mawili ni kinyume na maumbile ya uumbaji. Uasi wa tendo la ndoa ulipo fanywa na malaika walio-acha mahali pao, ulipelekea gharika. Na uasi wa mtu alipo acha mahali pake katika tendo la ndoa kule Sedom na Amorah[19], aliadhibiwa kwa moto wa risasi ya kiberiti. Katika adhabu zote hizi mbili, wadhambi wote huteketezwa hadi kuangamia.

Katika kipindi hiki tunaona ndoa za mke mmoja kama ile ya Abraham na Sarah, au Loti na mkewe aliye geuka nguzo ya chumvi (haitajwi kuwa na wengine au mwingine). Tunajua kuhusu desturi za umiliki wa watumwa, ambako mtu mwenye uwezo (kama Abraham) huweza miliki watu wengine kwa kuwanunua kama bidhaa, au kwa kuwachukua kama malipo ya madeni ya wazazi wao au wenzi wao. Desturi hii ya kikabaila ilifanya mtumwa na kazi yake mali ya bwana wa mji (landlord). Mtumwa hakulipwa mshahara, bali alipewa chakula kama lori listahilivyo mafuta, ili kuendelea na safari ya kubeba mzigo hadi utakiwapo. Hata uzazi wa mtumwa ni mali ya bwana wa mji, kwani mtoto wa mbuzi siyo mali ya mbuzi, bali ya mwenye mbuzi.

Hivyo kama ilivyo kuwa desturi kwa wake za matajiri kama Sarai, au hata ilivyo kuwa kwa Leah na Rahel, walikuwa na watumwa wa ndani wanawake ambao huitwa vijakazi. Ilikuwa pia desturi ya kale kwa binti mzuri zaidi kati ya binti za watumwa wa mji, kuwa mtumishi wa mama mwenye mji. Kwa jinsi hii ndiyo umiliki wa mama huyu juu yake uliwezesha kumtoa huyo kwa mumewe, ili kupata mtoto ambaye angekuwa mali ya mama huyo (surrogate). Desturi hii huelezea vema vipi binti Farao aliweza kumuokota mtoto Mosheh, na kumlea kama mwana mfalme wa nchi.

Ni kwa jinsi hii Hagari aliye mzaa Yishmael hakuwa mke mdogo au hawara kwa Abraham, bali tumbo tu lilotumika (sarrogate mother) kubeba mimba ya mtoto wa Sarai toka kwa mumewe Abram. Hili la zama hizo, halina tofauti kabisa na kile kliniki za leo zichukuavyo mbegu za wanaume wanazo jitolea, na kuzihifadhi kwa ajili ya wanawake wanao taka watoto. Tokea teknolojia hii ya leo, wanawake hao hawaitaji kuwa na mahusiano, au kujamiiana na wanaume hao. Kwani ni daktari ndiye kwa vifaa maalumu aingizaye mbegu hizo za kiume moja kwa moja kukutana na yai la kike, ili ashike mimba. Haikuwepo teknolojia hii kale, hivyo kwao iliwabidi kufanya tendo la mwili, pasipo mahusiano na wajakazi hao, bali mahusiano na wake zao, wanao watumiao wajakazi hao kujipatia mtoto.

Ndoa hii ya Abraham tuliyoiita ya mke mmoja, yaonyeshwa kutingwa na kikwazo kwa maelezo ya Mwanzo 25:5-6 ...*Na Abraham alimpa vyote alivyo navyo Yitzhak. Lakini kwa wana wa kiume wa mahawara, ambao Abraham alikuwa nao, Abraham aliwapa zawadi, na kuwapeleka mbali toka mwanawe wa kiume Yitzhak, alipo kuwa bado akiishi, pande za mashariki*[20]*, kwenda nchi ya mashariki*[21]. ...

Zaidi ya Hagari kijakazi wa mkewe, Abraham alikuwa na mahawara kadhaa, ambao walikuwa na watoto wa kiume kama alivyo Yishmael. Kweli hii inatakiwa kufunga majigambo ya Yishmael, lakini kwa baraka za wafalme 12 kati ya watoto wake (Mwanzo 17:20), ina maanisha ugomvi wa wana ndugu Yitzhakh na Yishmael utaendelea mpaka milenia ifike. Ila kama walivyo kuwa hao wana wengine mbele za Yitzhakh, hivyo ndivyo Yishmael naye alivyo kuwa.

Je watoto hawa wa mahawara walipatikana baada ya kifo cha Sarah akiwa na miaka 127 (Mwanzo 23:1) na kuolewa Hagari (Mwanzo 25:1) hata kubadili jina na kuitwa Keturah (kadiri ya mapokeo ya Kiyehudah)? Kama hivi ndivyo, basi wana hao wa kiume walipatikana ndani ya miaka 48, kwani Abraham alifariki akiwa na umri wa miaka 175. Hili linatutia shaka, kwani katika uzazi wa Yitzhakh, yeye Abraham alitajwa kuwa mzee wa kupitiliza hata uhitajike msaada wa Mungu YAHWEH.

Hivi inawezekana kwamba, urejesho ule wa nguvu zake za kiume, alibaki nao mpaka alipo fariki? Au ni Keturah aliyezaa watoto 6 mara baada ya kuzaliwa Yitzhakh, na hivyo mahusiano yalikuwepo hata wakati Sarah akiwa hai? Abraham katika maandiko aliomba kwa Mungu akiwa hana mtoto wa kiume zaidi ya Mdamascus, aliongea naye tena hivi kuhusu Yishmael, na kwa hawa wawili aliambiwa siyo warithi. Hii yamaanisha hakuna mtoto wa kiume kabla ya Ishamel na Yitzhakh.

Ndani ya familia katika Yisrael ya kale, zilikuwepo baraka kuu mbili; ya kwanza ni uongozi wa familia, na ya pili ni mgawanyo wa mali. Mzaliwa wa kwanza hupata mara dufu (double portion), kuwa zaidi ya wote wengine. Tunacho kiona hapa kwa Abraham ni Yitzhakh anatangazwa na YAHWEH, na Abraham anatii kwamba, Yitzhakh ndiyo mwana pekee kwake, hivyo anapokea uongozi wa mji, na pia anapokea mali ya urithi yote. Hii ndiyo maana ya wana wengine kupewa 'zawadi' (siyo urithi), na kuondolewa katika mji wa baba yao, kwani sasa mji huo umefanyika mji wa kaka yao Yitzhakh mbele zao.

Yitzhakh ni picha ya kale ya Yeshua Kristo. Anatangazwa kuwa mtoto pekee dhidi ya wote wengine (Yokhana 1:14,18, 3:16-18). Anapewa urithi wote wa Baba yake (Yokana 16:15, 17:10). Tofauti na Abraham, na Yahkob, watangulizi (patriarch) wawili wa imani yetu pamoja naye, huyu Yitzhakh alikuwa na mke mmoja, hakumchagua, bali baba yake alimpa (Yokhana 6:39, 17:9,11,24). Yitzhakh hajawahi toka nje ya nchi ya ahadi, vile-vile Yeshua alitumwa kwa kondoo wa Yisrael pekee (Matityahu 15:24). Na mke wa Bwana Harusi (Adonai Yeshua) ni mmoja, naye ni Yerushalem Mpya, ya milele.

Kwa mtizamo wa nyakati, bado tunaona kipindi hiki kuwa ni cha mke mmoja, kama ilivyo kuwa kwa waanzilishi wao Adam na Noakh. Hawara walichukuliwa kwa uamuzi, na siyo kwa kiapo/ mkataba wa ndoa. Hawara walikuwa daraja la chini toka mke, kwani hata kijakazi kama Hagari aliye zalishwa mwana wa mama wa mji, walithaminiwa juu yao. Kile kinacho julikana kama nyumba ndogo kati yetu tuzungumzao Kiswahili (katika zama za uandishi huu), hao au huyo ni hawara[22] (mistress) yaani kimada, hana heshima yeyote mbele za mke, na kwa kiasi fulani hata kwenye jamii.

Abraham mpaka Mosheh

Acha tuendelee tokea hapo-hapo tulipo ishia kwenye mada ya juu, ili kuweza hitimisha ujadilifu wa mababa (patriachs) wa Yisrael katika eneo moja. Hivyo kuelewa hilo tulilo kuwa tukliijadili hapo juu vizuri, tazama katika maandiko mgawanyo wa majeshi ya Yisrael jangwani kwa pande zile 4, na utaona watoto wa Rahel na Leah kupangiwa maeneo yenye maana muhimu kimaandiko (mashariki na kaskazini). Na wale wa watumwa vijakazi (matumbo ya uzazi), wakiwa yale mengineyo (magharibi na kusini), kwa mtiririko huu-huu wa umuhimu.

Mpaka hapa Abraham ana mke mmoja (Sarah/ Keturah), mjakazi mmoja (Hagari), na mahawara kadhaa katika mahusiano ya kingono[23], lakini Yitzhakh alikuwa na mke mmoja pekee (Ribkah), na Yahkob alio dada wawili wana-ndugu kuwa wakeze (Leah na Rahel), na kila mmoja alimpa mjakazi wake kumzalia wana, kwa Leah alipewa Zilpah, na kwa Rahel alipewa Bilhah.

Je huu siyo mlango wa nyuma ambao ni uzinzi ndani ya ndoa? Uzinzi ni neno la kidini, linalo maanisha dhambi, lakini ndoa ni suala la kijamii katika zama hizi za kabla ya toraha. Umuhimu wa ndoa Mbinguni ni uzao wa watoto, lakini duniani yaonekana kuwa jambo la heshima katika jamii. Tena heshima hii ikiwa kwake mume, kama ilivyo kwa mke, pamoja na wazazi wanao furahia kuolewa/ kuoa kwa wana wao. Je ni tokea sababu hii, ngono na mwanamke asiye mkeo na kubakia kuwa hivyo hawara/ kimada tu, huonekana heshima kwa mkeo na wazazi wake?

Halalisha hili inavyo kupendeza mpendwa, lakini kwa kujongolea hivi, desturi batili na mpya iliingia duniani. Je wayakumbuka mafunzo ya mtume Shauli kuwa; pasipo ualimu wa toraha dhambi haijulikani, sababu bado kufichuliwa, na hivyo iweje wao kuivunja sheria isiyo kuwepo hata watende dhambi?

Tafakari nasi haya kwa Warumi 4:15, I Yokhana 3:4, Wagalatia 3:19 ... *Sababu toraha hupelekea adhabu: kwani pale isipo kuwepo toraha, [hapo] haupo ukiukwaji {uvunjaji wa toraha}. ... Yeyote yule atendaye dhambi ameivunja pia toraha: kwani dhambi ni uvunjaji wa toraha. ... Sasa kwa nini toraha? Iliongezwa kwa sababu ya ukiukwaji {kuifichua dhambi}, mpaka pale Mzao {Yeshua Kristo} atakapo kuja ambaye kwake ndiyo ahadi iliwekwa; {toraha} iliamuriwa {simikwa} kupitia malaika katika mkono wa mpatanishi {Mosheh}. ...*

Hili suala la wanafelim kujirudia hata baada ya gharika, ni sawa kabisa na hili la kuwepo kwa mahawara. Je haya humaanisha wingi wa walimbwende ukilinganisha na rijali wa kuwaoa? Kama hili ndiyo husababisha au sababu, sasa nini dhana ya mke mmoja? Vipi mtu mwenye mahawara wengi bado atajwe kuwa na mke mmoja? Je mke ni nani, au ni nini? Je tendo la ndoa pasipo ndoa (utangazo rasmi wa kuwa mume na mke) bado hubaki kubalifu mbele za Mungu katika zama hizi za kutokuwepo kwa toraha? Kama hawara ni kosa, je kipi kigezo cha hukumu hiyo katika zama hizo? Je mtego wa kizungumkuti hiki, ndiyo nukuu za maandiko juu hujibu?

Katika kipindi hiki tunaona maingiliano ya ndoa kati ya Waebrania na watu wa mataifa tofauti. Maingiliano na mataifa mengine ni mhimili usio fichika, kwani Abraham kama vile Mosheh, walikuwa na wake toka mataifa mengine. Tena kwa jinsi tofauti hata uweze sema wote hawa (mhimili wa imani yetu), walikuwa na wake wawili wa ndoa. Tunajua Sarah alikuwa mke wa ndoa wa Abraham, alipo fariki ndiyo Keturah aliolewa.

Shuruti ujiulize sasa vipi kuhusu Mosheh naye? Huu ni uchambuzi wetu kwamba, kwa maandiko yaonyesha kuwa na wake wawili pasipo hawara. Kwamba pale alipo kimbilia nchi ya Wamidia (Wamidiani ni wana wa Abraham kwa Keturah) toka Misri baada ya kumuua mtumishi wa Farao, akiwa huko katika miaka ile 40, muajiri wake Jethro alimpa binti yake Tsiporah kuwa mke wake (Kutoka 2:21). Hivyo kama Yahkob kwa Laban, baba mkwe wake Mosheh pia alikuwa muajiri wake. Jethro vilevile alikuwa kuhani wa Wamidiani (Kutoka 18:1). Kwa mke huyu Mosheh alizaa watoto wawili (Kutoka 4:19-20).

Kuhusu mke wa pili ni fikra zetu kwamba, huyo alikuwa Zerafta Muethiopia (II Kronikozi 14:9 – utofauti wa jina kwa mwanaume na mwanamke na asili yake) na tena alimuoa katika kipindi ambacho alimrudisha mke wake Tsiporah kwao. Ni katika kipindi hiki kwa kitabu cha Hesabu tunaona akitajwa kwa kulalamikiwa kama isomekavyo hapa:

Hesabu 12:1 ... *Na Miryam na Aharon waliongea dhidi ya Mosheh sababu ya mwanamke Mkushi {Muethiopia?} ambaye yeye amemuoa: kwani yeye ameoa mwanamke Mkushi.* ...

Ni kwa maandiko ya Kutoka 4:24-26 tuonapo mgongano wa Tsiporah aliye kuwa binti wa kuhani wa Wamidiani, na Mosheh nabii wa YAHWEH Elohim kuhusu yale ya kiapo cha walio wake. Bila kuelezwa wakati ndiyo tunaona kumrudisha kwake mkewe kwa Jethro baba mkwe katika Kutoka 18:2-3 ... *Ndipo Yithro, baba mkwe wake Mosheh, alimchukua Siporah, mke wake Mosheh, baada ya yeye kumrudisha {kutengana, kumpa talaka}. Na watoto wake wawili wa kiume; ambao kati yao jina la mmoja [lilikuwa] Gershom; kwani yeye alisema, mimi nilikuwa mgeni katika nchi ngeni:* ...

Toka andiko la sura ya 4 mpaka 18 ya kitabu cha Kutoka hakika kitambo kimepita. Ni kwa jinsi hii inakuwa fikra zetu kwamba, Tsiporah na Zerafta ni wanawake wawili tofauti, na katika nyakati mbili tofauti. Ni hakika kuwa malalamiko ya Miryam dada yake na Aharon kaka yake, siyo dhidi ya Tsiporah, bali Zerafta mke mpya wakati Tsiporah alipo kuwa karudishwa kwao. Hili ni jambo la kimila hata kwetu tuzungumzao Kiswahili, kwamba muungwana humrudisha (separation) mke asiye mtaka tena (talaka ilikuwa bado kutajwa) kwao, na siyo kumwacha barabarani.

Tume-wachambua tofauti na kwa makini hivi hawa wawili, ili mpendwa uone na kutambua kwamba, haiwezekani hawa kuwa mke huyo huyo mmoja, na wala huu siyo utofauti wa majina kwa sababu ya lugha na nyakati za uandishi, au ya mahali uandishi ulipo fanyika. Tunajua kuhusu mke wake Mmidian (Kutoka 2:15-25, 3:1, 4:18-26, 18:1-27, Hesabu 10:29-36, Waamuzi 1:16, 4:11, I Shemuel 15:6). Ardhi ya Midiani iko bara Arabu ambayo pia ndiyo ijulikanayo nyakati hizo kama nchi ya Kush ya yule mwana wa Ham. Hivyo Midiani mwana wa Abraham aliye wa uzao wa Shem, aliishi katika nchi ya Ham. Hivyo Tsiporah ni wa uzao wa Shem, wakati Zerafta aliye Mkush ni wa uzao wa Ham. Yasadikika na wanataaluma wengi kuwa, Nimrod mfalme wa awali Duniani, alikuwa mtu mweusi wa Kush kama Zerafta. Je uzuri wa ngozi ya Zerafta ulikuwa kama wa dada zetu sisi tuzungumzao Kiswahili?

Kwa msingi huu wa Kijiografia wako watetezi wadaio kwamba, Mosheh alikuwa na mke mmoja, na wivu wa dada yake Miryam ulikuwa sababu baba mkwe wake, na shemeji yake walimpa ushauri wa jinsi ya kugawanya madaraka yake kwa watu 10, 50, 100, na 1000. Kwa kufanya hivi walipunguza madaraka ya kaka mkubwa Aharon, na nabii Miryam mwanamke mkuu dhidi ya wanawake wote wa Yisrael. Hivyo yafikirika mke ni mmoja, na watoto wake wa kiume ni wawili tu kimaandiko. Huu ni uchokozi kwako, ili ushiriki raha ya uchambuzi wa maandiko matakatifu, hata upokee zawadi ya ujuzi unao kufikia kwa jinsi hii.

Tukiwa bado katika kuangalia maingiliano ya kidamu kati ya Yisrael na mataifa mengine jirani zao, tunamwona Yitzhakh akiwa na mke mmoja tu: Ribkah, aliye kuwa mtoto wa Bethueli Msyiria wa Padanaramu (Mwanzo 25:20). Hivyo hata Leah na Rahel wake za Yahkob walikuwa Wasyiria kwa Laban kaka yake Ribkah, aliye mama yake Yahkob. Bado sisi kutia machoni mapokezi au taarifa ya hawara, au mwanamke mwingine kwa Yitzhakh zaidi ya Ribkah mkewe kipenzi.

Esau aliye kuwa mkubwa kuzaliwa, lakini mdogo kwa makubaliano ya agano binafsi na Yahkob, alikuwa na wake 5. Majina yao ni Mahalath (Mwanzo 28:9), Adan na Aholibamah (Mwanzo 36:2). Mke wa nne ni Bashemathi (Mwanzo 36:4), na wa tano Judith (Mwanzo 26:34).

Hatunayo kumbukumbu ya hawara kwa Esau. Lakini hapa tunaona mwanzo wa wake wengi. Hili la Esau ni mwanzo wa urasmishaji wa ndoa za mitala. Hata Abraham hakuwahi kuwa kwa wakati mmoja na zaidi ya mke mmoja, kwani alioa tena mke pale Sarah mkewe alipo fariki. Hawa watoto 2 wa Yitzhakh ndiyo wenye ndoa za wake wengi (mitala) katika mwanzo huu.

Tunasema hivi sababu twajua kwa nini Hagari (Keturah) kwa Abraham, lakini hatuwezi eleza kuhusu mahawara wake. Tunajua vipi ilitokea hata Yahkob alioa dada wawili, na kuzaa pamoja na kijakazi wa kila mmoja wao kwa ridhaa zao walioitwa Bilhah na Zilpah (Mwanzo 29:21, 29:28, 30:4,9, 32:22, 33:1, 37:2). Ni kwa wanawake hawa 4 ndiyo makabila 12 teule ya Yisrael yalipatikana. Hii yamaanisha mbele za Mungu YAHWEH, madaraja ya kindoa ya mama hayahamishiwi kwa wana wao. Watoto wa nje ya ndoa, ndani ya ndoa, au wa kubakwa, wote ni sawa mbele za YAHWEH. Hivyo utoaji mimba wa aina yeyote ile, isipo kuwa kuokoa maisha ya mama ni dhambi ya mauaji (murder).

Tulisha-gusia tatizo la utasa na ugumba ndani ya ndoa za wana ndugu, hivyo sisi huona wanawake hao wakitumia wajakazi wao kuzaa na waume zao. Pamoja na haya, hatuna kumbukumbu ya mwanaume kukataa utaratibu huu, kwani hata Abram aliye kuwa na ahadi ya Mungu aliafiki. Mkewe Sarai alipoona ahadi inachelewa na umri unakwenda, alimshauri mumewe 'wamsaidie' Mungu. Hivi mpendwa waliona hili linalo-jirudia kila wakati humu kwamba; wamfuatao Mungu YAHWEH wote wanajiweza (prosperous), na kuwa hata na wajakazi katika miji yao? Ndiyo naliona!

Kwa Esau na Yahkob tunaoana urasmishaji (siyo uhalalisho) wa ndoa za wake wengi (mitala - polygamy). Zaidi ni kwa Yahkob kwa utofauti na Abraham babu yake, pale tuonapo wana wote pasipo kujali tumbo la uzazi, wanahesabiwa warithi na wana kamili wa Yisrael. Tokea hawa, hivi ndivyo taifa la Yisrael lilivyo undwa ndani ya tumbo la uzazi wake kule Misri. Hata ulipo kwisha ujauzito wake wa miaka 400, mtoto alizaliwa na kutoka nje ya kifungo cha tumbo la uzazi, akiwa taifa huru na teule mbele za YAHWEH.

Uwepo wa Wanafelim, au wana wa Anaki toka wana wa Elohim (malaika waasi), hauna uzito sana katika kipindi hiki (Hesabu 13:33, Torati 1:28, 2:11,20, 3:11-13). Hii yashuhudia kwamba, hata baada ya gharika bado wako malaika waasi[24], walio patoka mahali pao pa asili, na kurejelea uchafuzi ule wa awali. Pia katika kipindi hiki, bado ndoa za wana ndugu zilikuwa zinaendelea. Pia ndoa za mke mmoja na wake wengi zilikuwepo.

Katika nyakati hii, au yeyote ile maandikoni, haupo kabisa utajo wa ndoa za waume wengi (polyandry[25]). Desturi za ujulikano wa baba wa mtoto (blood line), na umiliki wa wana, pamoja na madaraka ya wanaume katika familia na hivyo ndoa, usinge-wezesha kabisa utokea wa jambo hili. Ijapo kuwa malaya walikuwepo, lakini ulikuwa ni uovu katika jamii nyingi (na hilo siyo kwa ndoa, bali biashara haramu kujikimu maishani).

Katika kipindi hiki, wana wa vijakazi (tumbo la uzazi) wana-hesabiwa kuwa wana halali wa familia. Lakini kimadaraja wakiwa chini kidogo ya wale wa mke rasmi. Wana wa mahawara walikuwa bado kujumlishwa hapa. Hili la kimada kwa nyumba ndogo ni batili tokea asili yake katika kale hii, sababu haipo ridhaa ya mke. Hili ni jambo la kushangaza, lakini ndivyo inavyo onekana maandikoni, kwamba pale mke anapotoa kibali (sababu mume huyo ni wake), tokea desturi na mila za jamii hiyo kwa mume wake kujamiiana na mwanamke aliye mchagua yeye, hapo hilo huonekana kuwa sawa katika zama hizi.

Liko jambo moja lilo jificha sana, hata uonekano wake kuwa hafifu. Katika nuru ya Ruakh HaKodeshi kuhusu yote yahusiyo ndoa, ipo kweli moja na ijurudiayo mara mbili, ili iwe hakika kwetu kuiinua juu. Kwamba, kama vile Adam alivyo sononeka kuhusu kuwa pekee, na YHWH kujalishwa na hali yake hiyo, ndivyo navyo Abraham alivyosali hata kupelekea YAHWEH kuingilia, na yeye kumpata mwana wake wa ahadi Yitzhakh. Je siyo bayana mpaka hapa kuwa, pale mke aletwapo kwako na Mungu (Havaa bustanini, Ribkah kisimani), mwanaume huyo haitaji tena kijakazi, mitala, au hawara? Ndiyo, mke/ mume anaye kutosheleza maisha yako yote, ni yule uliye pewa na Mungu YAHWEH. Amin

Mosheh mpaka Mfalme David

Kipindi hiki kinaanza wakati tayari makabila 12 ya Yisrael yamesha-fanyika ndani ya Misri, na kuendelea mpaka kilele cha mafanikio yao ndani ya nchi ya ahadi Yisrael. Makisio ya idadi ya wazaliwa wa Yisrael katika kipindi hiki; katika zama za Mosheh (mwanzoni mwake kipindi hiki) ni takribani watu kama milioni tatu. Na makisio ya hesabu zetu katika zama za mfalme David, ni takribani raia kama milioni saba hivi (idadi hizi zina-jumlisha jinsia zote). Kwa jinsi hii acha hata darubini ya uchunguzi wetu, inyanyuke juu zaidi kuangalia desturi katika ngazi ya kitaifa, kupitia watu maalumu.

Katika zama hizi, toraha tayari ilikuwa yasimama, na kutumika kama sheria takatifu ya nchi kila wanapo jitawala wenyewe. Yisrael ndilo taifa la kwanza duniani katika zama hizi (mpaka sasa?) kutawaliwa na sheria ambazo siyo za mfalme, au toka kwa viongozi wa namna yeyote ndani ya jumuiya hiyo. Toraha hii alikabidhiwa Mosheh kule juu ya mlima Sinai, walipo kuwa jangwani.

Toraha ikawa kipimo na mzani sahihi siyo tu wa mahusiano kati ya mtu na Mungu, bali pia mahusiano ya haki kati ya mtu na mtu. Toraha ikawa ndiyo tafsiri ya misingi ya haki Yisrael na Dunia nzima. Hivi unafahamu mpaka leo hii katika nyanja za kimataifa, pasipo uwepo na utumiaji wa kanuni za Yudeo-Kristiani, ingekuwa vigumu sana kwa mataifa kukubaliana katika kipi ndicho mzani wa haki?

Kupitia toraha hii, ndiyo tafsiri ya kipi ni pendezo machoni pa YHWH, na kipi ni chukizo kilifunuliwa rasmi Yisrael. Hivyo kwa mara ya kwanza, pamoja na mengine uthibiti wa tendo la ndoa ulishushwa duniani kwa wale walio wake pakee. Lengo la toraha likawa ni mtu atambue nini ni matarajio yake, kwa walio wake kutenda. Taratibu hizi ndizo kila mahali uonapo suala la ndoa kujadiliwa katika agano jipya (midrash/ commentary), dhana hiyo inayo sisitizwa huwa imechotwa toka toraha.

Kwisha kupita zama za Mosheh, ulikuja wakati wa Yehoshua kumiliki urithi wao kule Kenaani. Ndipo kupita hawa watangulizi wao, Yisrael alikwenda mrama ndani ya nchi ya ahadi hata kuhitaji muingilio wa YAHWEH. Yeye alifanya hivyo kupitia usaidizi wa Waamuzi. Hawa Waamuzi walikuwa kama wakombozi wa makabila mbalimbali toka mkandamizo wa laana za toraha. Ukandamizo huo ulipelekea Yisrael kunyanyisika Kenaani, ili wairudie toraha ya Mungu. Kwisha migawanyiko ya kikabila kupita, ndipo zikaja zama za utaifa tena kwa mfalme David na Shelomoh.

Ni lengo letu tusafiri humu ndani pamoja katika uelewa, hivyo turuhusu kuleta mbele zako takribani mitzpah 30 tokea toraha takatifu. Mitzvoti hizi zinaelezea nia ya Mungu YAHWEH kama kibali-ruksa, na makatazo yake, katika yale yote yahusiyo ndoa pekee. Kwa kuwa wewe ni Mkristo na umesha kombolewa, hivyo kwa itikadi yetu humu, wewe pia kuanzia leo hii usamapo hapa, haya yanakuhusu na shuruti utekeleze: -

1. Hautamwona pasipo nguo (neno hili limaanishe –asivue, au umvue nguo, au kufanya tendo la mwili na) mke wa baba yako, kwani ni sawa na kuuona uchi wa baba yako (Walawi 18:8, Torati 22:30, 27:20).
2. Hautamwona pasipo nguo (neno hili limaanishe –asivue, au umvue nguo, au kufanya tendo la mwili na) binti wa mke wa baba yako aliye zaliwa kwa baba yako, huyu ni dada yako kwa baba mmoja (Walawi 18:11).
3. Hautamwona pasipo nguo (neno hili limaanishe –asivue, au umvue nguo, au kufanya tendo la mwili na) dada[26] wa baba yako na wala mke wake (Walawi 18:14).
4. Hautamwona pasipo nguo (neno hili limaanishe –asivue, au umvue nguo, au kufanya tendo la mwili na) mkwe wako, kwani ni mke wa kijana wako (Walawi 18:15).
5. Hautamwona pasipo nguo (neno hili limaanishe –asivue, au

umvue nguo, au kufanya tendo la mwili na) mke wa kaka yako – shemejio (Walawi 18:16).

6. Hautamchukua kama mke dada wa mke wako (Walawi 18:18).
7. Hautalala kimwili na mke wa jirani yako (Walawi 18:20).
8. Usimtamani mke wa jirani yako, au mjakazi wake (Kutoka 20:17).
9. Mtu aziniye na mke wa mtu mwingine, au mke wa jirani yake; wote wawili wauawe (Walawi 20:10, Torati 5:21, 22:22).
10. Yule achukuaye mke pamoja na mama yake wachomwe moto (Walawi 20:14).
11. Alalaye na mke wa mjomba wake atakufa bila mtoto (Walawi 20:20).
12. Mtu atakaye mchukua mke wa kaka yake atakufa bila mtoto (Walawi 20:21).
13. Alalaye na msichana mtumwa aliye poswa na mtu mwingine, na hajafanywa huru kwa malipo au njia nyingineyo, atandikwe mijeledi, asiuawe kwani msichana si huru (Walawi 19:20).
14. Usioe mke kahaba, au asiye wa imani, au aliye talikiwa, kwani wewe ni mtakatifu kwa Mungu (Walawi 21:7,14).
15. Shuruti uoe mke katika ubikira wake (Walawi 21:13-14, Hesabu 30:16).
16. Kila binti amilikiye urithi lazima awe mke katika kabila lake, ili kila kabila lifurahie pamoja urithi wa baba zao (Hesabu 36:3,8,12).
17. Kila mtu aliye chumbia mke, au aliyeoa mke mpya, asijiunge na jeshi wala kwenda vitani, asije kufa na mwingine kumchukua mkewe. Na asipangiwe kazi yeyote na awe huru kwa ajili ya nyumba yake kwa mwaka mmoja, na kumfurahisha mkewe aliyemwoa (Torati 20:7, 24:5).
18. Kama ukiona binti mzuri kati ya mateka YAHWEH aliyowapa, na wewe ukatamani awe mkeo; utamchukua

nyumbani, atanyoa kichwa, na kukata kucha zake, atatoa nguo za umateka na kubaki nyumbani mwako mwezi mmoja akililia wazazi wake. Ndipo utafanya naye tendo la ndoa, naye atakuwa mkeo (Torati 21:10-13).

19. Kama ukichukua mke na kufanya naye tendo la ndoa na kumchukia, na kumlaumu kwa kutokuwa bikira, ndipo baba na mama wa binti watachukua na kuonyesha ushahidi wa ubikira wa binti kwa wazee wa mji katika lango la mji. Baba wa binti ataseme nimempa binti wangu kuwa mke wake naye amchukia, na kumshutumu kinyume na ushahidi huu kwa nguo hii niionyeshayo kwenu. Ndipo wazee wa mji wamtoze shekeli 100 za fedha, na kumpa baba wa binti. Shuruti awe mkewe na kadri aishivyo asimwache. Lakini kama hamna ushahidi, binti apigwe mawe hadi kufa kwa kosa la umalaya (Torati 22:13-21).
20. Kama bikira aliye poswa akilala na mtu mjini wote wauawe kwa kosa la kutopiga kelele kwa bikira kwani yuko mjini, na mtu kwa kosa la kutia aibu mke wa jirani yake. Lakini kama ilikuwa mashambani basi mtu mume pekee na auawe. (Torati 23-27).
21. Kama mtu akimpata binti bikira asiye poswa na kulala naye na wakakamatwa, mtu huyo atamlipa baba wa binti shekeli 50 za fedha, naye atakuwa mkewe kwani amemtia aibu. Shuruti asimwache maisha yake yote (Torati 22: 28-29, Kutoka 22:16-17).
22. Mtu akioa mke na asipo mpendeza sababu amemkuta na uchafu, ndipo amwandikie hati ya talaka na kumpa mkononi na kumtoa nyumbani mwake, ndipo sasa aweza olewa na mtu mwingine. Na kama mume huyu wa pili akimtaliki, au akifa, si ruhusa kwa mume wa kwanza kumrejea huyu (Torati 24:1-4).
23. Kama kaka huishi pamoja na wake zao na mmoja asiye na mtoto wa kiume akafariki, mke wake na achukuliwe na kaka

mtu na kutimiza wajibu wa kaka yake kwake, na mwana wake wa kwanza wa kiume kwa huyu mke na apewe jina la marehemu kaka yake ili jina lake lidumu. Lakini asipo mkubali huyu mke, basi na huyo mke aende malangoni kwa wazee na kumshtaki. Ndipo wazee watamwita, na kama akikataa kumchukua bado, ndipo mbele ya wazee atamvua kiatu chake, na kumtemea mate usoni, na nyumba yake itaitwa, nyumba ya yule aliye vuliwa kiatu (Torati 25:5-10).

24. Mtu kama anamuuza binti yake kuwa mtumwa-kijakazi, hatatoka kama watumwa–watumishi wa kiume watokavyo. Kama hamridhishi bwana (master) wake aliye mchumbia kwake, na amwache akombolewe kwa kurudishiwa fedha, asimwuze kwa taifa geni, na kama kamchumbisha kwa watoto wake, basi na amfanye naye kama binti yake. Na kama atatwaa mke mwingine, huyu chakula chake, mavazi yake, na wajibu wake wa ndoa usipungue. Na kama haya hayafanyiki na aondoke huru bila malipo (Kutoka 21:7-11, 21:3).

Je hiki hapa ni kibali cha mitala? La hasha! Sisi tunafikiri ni uendelezo wa taratibu za uzalisho wa kijakazi, lakini kisicho wazi ni kama bado hili latendeka kwa uchaguzi au kwa kibali cha mke kujipatia watoto, au ni kwa mume kuongeza kwa haraka ukubwa wa familia yake (kwa wanao jiweza hata kumnunua mtumwa-kijakazi kwa lengo hili).

1. Usioze kijana wako au binti yako kwa mataifa yaliyomo katika nchi ya ahadi, ama sivyo YAHWEH hatawatoa mbele yenu na kati yenu (Torati 7:3, Yehoshua 23:12-13).
2. Kama ukinunua mtumishi Muebrania na akaoa, basi baada ya miaka sita na aondoke na mkewe, lakini kama bwana wa mji (landlord) alimpa mke na akazaa naye wana wa kiume na wa kike, basi wana hao na mkewe watakuwa wa bwana wa mji, na yeye aondoke mwenyewe. Lakini kama mtumishi akisema

wazi: nampenda bwana wa mji wangu, mke wangu, na wana wangu, sitakwenda huru; ndipo bwana wa mji amlete kwa waaumuzi malangoni, na kumtoboa sikio na chombo kikali kuweka tundu na mtumishi atakuwa wake kadri aishivyo (Kutoka 21:3-6).

3. Sheria ya wivu yasema: kama mke wa mtu akienda nje ya ndoa na kuzini, na isijulikane mbele ya mumewe, naye ametiwa unajisi, lakini hakuna shahidi dhidi yake, na hajakamatwa, na roho ya wivu ikamjia juu yake mume, naye akawa na wivu na mkewe, aidha ni najisi au siyo, mume ampeleke mkewe kwa kuhani, na kuleta sadaka kwa ajili yake, alete moja ya kumi ya kipimo cha ngano, asiweke mafuta juu yake, wala uvumba, kwani ni sadaka ya wivu, ambayo ni sadaka ya kumbukumbu, iletayo uovu kukumbukwa.

Kuhani atamsogeza mke na kumweka mbele za YAHWEH, achukue maji ya baraka na mavumbi ya sakafuni madhabahuni, na kuchanganya na maji ya baraka, mke atakuja mbele ya YAHWEH akiwa ameachia nywele zake bila kuzifunika, na kuchukua sadaka ya kumbukumbu mikononi mwake, ambayo ni sadaka ya wivu. Kuhani ataweka mikononi mwake na maji ya uchungu yaletayo laana.

Na mke ataapa kutolala na mtu mwingine, na hivyo awe huru toka maji ya uchungu ya laana. Ama sivyo mapaja yataoza na tumbo kuvimba. Maneno yale ya laana kuhani ataandika kwenye kitabu na kwa maji ya uchungu atayafuta. Na mwanamke atakunywa maji hayo ya uchungu. Ndipo kuhani atachukua sadaka ya chakula cha wivu mikononi mwa mwanamke na kupepea juu mbele za YAHWEH na mbele ya madhabahu (Hesabu 5:12-31).

1. Usijizidishie wake mwenyewe (usiwe na wake wengi) usije moyo wako ukageuzwa (Torati 17:17). Hivi unafikiri wake wengi wanao zuiwa hapa ni zaidi ya wangapi?
2. Kama mtu ana wake wawili, mmoja ampenda na mwingine la hasha, na wote wana watoto wa kiume, na kama mtoto wa kiume wa kwanza ni yule wa mke amchukiae, basi asibadili nafasi ya urithi wa mtoto wa kwanza kwa wa yule ampendaye na ampe mara mbili katika urithi (Torati 21:15). Je kwa kusema hivi, wake wawili siyo wengi, na hivyo ndoa ya mitala ina idadi iliyo ruhusiwa?
3. Kama binti ya kuhani akiolewa na mgeni, na asile sadaka ya vitakatifu kwa YAHWEH (Walawi 22:12).

Je pale ulipo kuwa ukisoma, ulijipima kama sisi tufanyavyo pale tusomapo? Je katika mapimo yako, yako maeneo ambayo wahitaji toba kujirudi na kuacha kabisa hayo? Kwa jinsi na namna hii, maongozi ya Ruak ndani yako yakuongoze katika toba kamilifu, na mabadiliko stahilifu maishani mwako. Hivyo kuanzia leo mpaka pale utakapo kutana na Adonai Yeshua; akuite 'mtumishi muaminiiifu ' kuurithi ufalme wa Mungu.

Je haya Yeshua Kristo aliya-kamilisha pia na hivyo yamepita, au bado yasimama mpaka mtu aivuke hali hii? Haya bado yasimama, ni toba lako kwayo limebadilika kuielekea neema ya Yeshua Kristo. Sasa hata wewe mpendwa waijua nia ya YAHWEH kuhusu haya ya ndoa, hima sasa uinuke toka pale ulipo anguka ukatubu.

Je bado wavikumbuka vile vigezo 7 tulivyo jiwekea kama dira yetu ndani humu? Toka hivyo tunaona uwepo wa mabadiliko makubwa kabisa ndani ya jumuiya ya Yisrael. Ndoa za mitala (mke zaidi ya mmoja) haizuiliwi, ijapo kuwa kujiongezea 'wake wengi' ndiko kunathibitiwa. Madaraja ya wake yanakuwa 2 toka yale 3, ijapo kuwa ndoa bado ni moja: sasa yuko mke wa ndoa (mmoja au 'kadhaa' lakini siyo wengi), pia yuko mtumwa-kijakazi (tumbo la uzazi). Kwa jinsi hii ukimada/ uhawara (nyumba ndogo), adhabu yake ni kifo (labda awe bikira asiye poswa, adhabu yake ni kufunga naye ndoa, na usimiache kadri uishivyo).

Ndoa ya mke mmoja ni vigumu kusema imeshurutishwa, wala ya wake zaidi ya mmoja (lakini siyo wengi) kusema imezuiwa. Panua uwigo wa uelewa wako kwa kutafakari kipengele hiki cha toraha kama mojawapo ya sheria za ndoa: Kutoka 21:10 ... *Kama yeye akijichukulia mwenyewe [mke] mwingine; chakula chake, nguo zake, na wajibu wake wa ndoa, shuruti yeye asiupunguze. ...*

Bila kujali kwa nini alisema hivi, au mazingira ya mwanamke huyo, bali hapa ni ujadilifu wa dhana ya ndoa na hususani matumizi ya neno 'mwingine' ambalo huruhusu uwepo wa zaidi ya mke mmoja, na tena pasipo uthibiti wa idadi, bali kuzuia wasiwe 'wengi.' Hata pale zuio la wake wengi lilipo wekwa, sababu ilitajwa kuwa ni wasije ugeuza moyo wako kuwatumikia miungu wengine (Torati 17:17). Kama ilivyo kuwa kwa mfalme Shelomoh (I Wafalme 11:4).

Tunajua hata sasa wewe wajiuliza, vipi kama wote 'wengi' wakiwa ni Wakristo. Hivi ndoa ya mitala ya wake wengi ndiyo ile yenye wake zaidi ya 2 (sababu wawili ndipo tafsiri ya mitala ianziapo) au 3 au 4 au wengi ni pale uvukapo 5 au 10, sababu Shelomoh alitajwa kuwa na wake 'wengi' 700 na mahawara 300. Mbona kimya, tunakupa simanzi mpendwa? Unashauri tuachane na mambo ya agano la kale tutizame ya agano jipya?

Katika kumfuata kwetu Yeshua, sisi huona uko utendaji wa toraha kimwili (mechanical), na uko uelewa wa dhamira ya toraha kiroho (spiritual). Tazama hili kwa Matityahu 19:8 ... *Yeye alisema kwao, Kwa sababu ya ugumu wa mioyo yenu Mosheh aliwavumilia {hata awaruhusu} nyie kuwa-acha {kuwataliki} wake zenu: lakini tokea awali haikuwa hivyo. ...* Hapa alimaanisha ndoa ni ya milele, kama mahusiano ya mtu na Mungu yalivyo ya milele.

Hapa tunamwona Adonai Yeshua, Mashiah wa Yisrael akiwaambia taifa lake, yako maeneo ambayo toraha ilikuja kwa ajili ya ugumu wa mioyo yao, sababu haikuwa nia ya Mungu YAHWEH tokea awali iwe hivyo. Hivyo ili kujua nia hiyo ya awali ya Mungu wetu katika hili la ndoa, ni shuruti turudi nyuma hadi mwanzoni mwa yote kule bustanini Eydeni. Katika ule mwanzo wa yote amekufunza humu kuwa, ndoa ilikuwa umoja mkamilifu wa mtu mume na mke, hata watoto wapatikane kwa ugawanyiko. Lakini masononeko ya Adam ya kutomwona mwenzi wake afananaye naye kama ilivyo kwa wanyama, yalipelekea Mungu kumtoa Havaa nje, hata wawe wawili katika umoja wa ndoa kati ya mtu mume na mtu mke. Kwa jinsi hii ndoa ya awali ya yote ni ya mume na mke mmoja.

Kama hivi ndivyo, je kutoufikia ukamilifu wa nia ya Mungu ni dhambi? La hasha, ni kushindwa. Je kwa mwanzo huo lipo katazo la talaka? La hasha! Je kwa mwanzo huo lipo katazo la wake wengi? La hasha! Hivi haipo hata mitzvah moja ya zama hizi, ambayo ndoa ya mke mmoja yasisitizwa, na mitala kuzuiliwa kabisa? Je wewe waweza isoma mitzvah hiyo toka tanakh? Je kweli hizi ni tishio kwa theolojia ya dhehebu lako?

Baraka-amri ile ya Mungu YAHWEH tokea awali ililenga uzalio wa watoto hadi kuijaza Dunia. Ni baadaye kabisa kwa toraha, ndiyo alikuja uthibiti (to regulate) utendaji wake hilo. Na bado uangalifu mkuu kama uonavyo, unatumika kutofanya zuio lolote kwalo hilo. Mafundisho kwa waumini wa Kristo yasiyo kweli ya maandiko, wakikopesha tokea itikadi na falsafa za kimagharibi, karibuni yanafikia mwisho wake.

Pasipo uelewa wa tamaduni za mashariki ya kati, haya tusemayo yanatisha na kuhofya kwa sababu ya uliyo funzwa tokea fikra za watu, kana kwamba ndicho asemacho Mungu YAHWEH. Shuruti sasa umeona kuwa, yeyote anaye iondoa toraha kanisani, anabakia pasipo zuio lolote kuhusu ndoa. Tazama mpendwa, pasipo hiyo hakuna asemacho Adonai Yeshua kina maana, sababu yeye hufanyia ujadilifu hicho kilicho andikwa. Pasipo toraha waliweza kukufunza watakacho, tena kwa fikra za watu, badala ya alicho kisema Mungu.

Mpendwa, sisi kujua hili siyo kupasuka kwa kanisa kama watakavyo kutishia, asemaye hivyo kimsingi asemacho ni bora umbumbu kuliko utambuzi. Yisrael wanaijua hii kweli maisha yao yote, na bado haupo mfano mzuri wa jamii yenye mke mmoja na talaka chache kama wao. Wanajua ukimtegemea YHWH akupe mke, wewe hupokea kama Adam (kwa Havaa), au kama Yitzhakh (kwa Ribkah), hata usihitaji mitala, au kimada, au kahaba. Ukweli huu ndiyo unao kuweka huru hata sasa toka minyororo ya ujinga wa kutojua, na siyo kinyume chake. Acha sasa tuendelee na ukaguzi wa yale ya kipindi hiki.

Ndoa za kaka na dada kwa baba au mama mmoja zinazuiliwa (Torati 27:22). Ndoa za ndugu kama shangazi na mjomba ndiyo pekee zilizo tajwa kuzuiliwa. Pia katika mapitio juu, shuruti umeona dhana ya watoto haramu (mwanaharamu) haipo kabisa katika toraha, wala haikutumika juu ya Ishamael. Kama vile Esau hakuwa chaguo la YAHWEH, hivyo ndivyo Ishamel naye hakuwa uchaguzi wa mkondo ambao Mwana wa ahadi angekuja duniani.

Tunafunzwa kwa II Shemuel 11:1-27-12:10: Ilikuwa katika kipindi ambacho wafalme huenda vitani na mfalme David alibaki nyumbani. Hivyo mfalme David kutokea kwake alimwona chaurembo Bathshebah mke wa Uria kamanda wa jeshi lake akioga. Alianguka katika dhambi ya kumtamani mke wa jirani yake kwanza, na kisha ya kuzini, na mwisho ya kuua kwa mlolongo wa mtiririko huu (Kutoka 20:17 na Torati 5:21).

Kwisha haya ndipo YAHWEH alimtumia ujumbe kwa kauli ya nabii wake Nathan. YAHWEH akasema: Nilikutia wakfu kuwa mfalme wa Yisrael, na nili-kukomboa toka mkononi mwa mfalme Shauli. Nilikupa wewe nyumba ya mkuu wako (ikulu), na wake za mkuu wako (harems) kifuani mwako, na nilikupa nyumba ya Yisrael na Yehudah, na kama hayo yalikuwa machache, ningeliweza wakati ule kukuongozea zaidi kupindukia, kwa nini umekiuka maneno ya YAHWEH kutenda uovu huo? Umemuua Uria kwa silaha na kuchukua mke wake?

Tusome wote kabla ya kuzungumzia andiko hili: II Shemuel 12:8

... *Na Mimi nilikupa wewe mji wa Adon wako, na wake {haremu*[27]*} za adon wako kifuani mwako, na nilikupa wewe nyumba ya Yisrael na ya Yehudah; na kama [haya] kidogo sana, Mimi ninge-kuongezea wewe vitu kadha wa kadha.* ...

Katika kale hii, ilikuwa desturi ya mfalme mpya kurithi mji wa mfalme aliye mtangulia pamoja na wake zake wote (harems). Katika uelewa huu sasa, sikia kile Mungu YAHWEH asemacho kwa mfalme David, kuwa alipewa na yeye wake za mfalme Shauli aliye mtangulia - hapa ana zungumza wake zaidi ya wawili. Pia elewa chukizo la YAHWEH kwa mfalme David, siyo kuongeza mke, bali ni kuchukua mke wa mwenzi wake, na tena kupanga kwa hila kifo cha mume wake huyo, ili mimba aliyo mpa isijulikane (toraha inasema adhabu yake ni kifo kwao wote, lakini nani ange-mhukumu mfalme, bali Mungu).

Na kuthibitisha kauli hii, ona pale asemapo kwamba, kama wake alio kuwa nao, au alio rithi ni kidogo kwake, basi David angemwambia yeye, na siyo kujichukulia uamuzi mkononi mwake. Anamwambia kuwa, kama ange-mwambia uhitaji huo, ni yeye ambaye ange-mwongezea (kwa kadri ya maelekezo yake kwenye toraha). Wake za David katika wakati huu kama ukijumlisha na hao alio rithi, inawezekana kuwa zaidi ya 10 (pasipo kuhesabu vijakazi au mahawara).

Kipindi hiki kimesheheni ndoa za wake wengi, lakini hatuwezi sema za mke mmoja hazikuwepo. Pia katika kipindi hiki tunaona mwisho wa majitu kwani David aliwaua wote kama ilivyo rekodiwa kwa II Shemuel 21:18-22. Huu ndiyo usafisho wa uchafuzi huu kupitia mikono ya mfalme David aliye mfano wa Mfalme Yeshua. Hivyo Mosheh aliifichua dhambi katika ndoa, David alikomesha uchafuzi wa mbegu safi, na kwao hawa wawili, ukivuli wao wamkamilisha Adonai Yeshua kuwa hakika ni Mbegu safi ya mwanamke.

David mpaka Yeshua Kristo

Hiki ni kipindi kilicho fuatia mara tu baada ya maandiko ya vitabu vya Mwanzo, Kutoka, Walawi, Hesabu, Torati, Yehoshua, Waamuzi na Ruthi. Kitabu cha Shemuel vyote viwili vinaweka mpaka wa kipindi cha awali, na kipindi kijacho, ambacho ni hiki cha mfalme David mpaka ujio wa kwanza wa Mashiah Yeshua. Hiki ndicho kipindi mashuhuri cha manabii takribani wote.

Neno tanakh ambalo hutafsiriwa humu kama vitabu vya agano la awali (kale) ni ufupisho wa maneno 'toraha' (mafundisho) yaani vitabu 5 vya awali vya Mosheh, neno 'neviim' lilo manabii, na 'ketuvim' yaani maandiko. Kwa jinsi hii unapata neno TaNaKh. Kila mahali vitabu vya agano jipya na la mwisho vitajapo neno 'maandiko' (scriptures), humaanisha tanakh pekee (isipo kuwa II Petros 3:15-16 pale Kefa alipo sema nyaraka za Shauli ni maandiko). Mada hii itazingatia vipindi vya neviim na ketuvim vilivyo utekelezaji wa toraha. Hivyo tunaanzia II Shemuel mpaka Malakhi (kwa mpangilio wa tafsiri nyingi za biblia kati yetu tuzungumzao Kiswahili).

Kwa jinsi hii sasa tupo ndani ya kipindi ambacho toraha tayari yasimama, na manabii mashuhuri wa biblia wanatenda, na kwa nabii zao hata Adonai Yeshua aliye Mashiah walio-msubiria ana-tabiriwa kwao. Lengo letu hapa ni kuchungulia ndani ya mipaka tuliyoweka ya kipindi hiki, ili kuyachungua yale mambo 7 muhimu, tulengayo darubini kwayo kuihusu ndoa maandikoni.

Tuanze na David mwenyewe katika kipindi chake hiki. Tunamwona akiwa na wake 6 walio tajwa kwa majina na wengine wengi pamoja na mahawara kutotajwa. Katika I Shemuel 18:27 anatajwa Mikali mtoto wa mfalme Shauli aliye kuwa mkewe kwa kipindi. Katika I Shemuel 2:2 na 27:3 tunawaona Ahinoam na Abigaili wakitajwa. Ni II Shemuel 3:5 atajwapo Eglah, katika II Shemuel 12:24 Bathshebah na mwisho Maaka katika II Shemuel 3:3.

Hakika ya kwamba alikuwa na wake wengi na mahawara wengi inasomeka hivi katika II Shemuel 5:13 ... *Na David alijitwalia zaidi mahawara na wake tokea Yerushalem, baada ya kuja {kuhamia} akitokea Hebron: na hapo bado walikuwepo wana wa kiume na mabinti walio zaliwa kwa David. ...*

Hivyo kipindi hiki cha ndani ya toraha ya Mosheh, kilitawaliwa na ndoa za wake wengi kama kilicho tangulia kabla yake. Maingiliano na dada zao kwa kuivunja toraha bado yalikuwepo, kama tuonavyo katika Yehezkel 22:11 na II Kronikozi 11:18. Shelomoh aliye ndani ya kipindi hiki, ni mtoto wa mfalme David kwa mkewe Bathshebah. Mfalme huyu aliye mfuatia alikuwa na wake 700 na mahawara 300 kama isomekavyo katika I Wafalme 11:3 ... *Na yeye alikuwa na wake mia saba {700}, binti wafalme, na mahawara mia tatu {300}: na wake zake wali-upindisha {badili imani ya} moyo wake. ...*

Wake hawa walimfanyia kile kilicho tajwa na Mosheh katika Torati 17:17, na kurudiwa na I Wafalme 11:2 kwamba, wataugeuza moyo wake toka kwa YAHWEH, kwenda kuabudu miungu wengine. Pia mpendwa tazama kwa makini uone kwamba, halipo kemeo la nabii yeyote toka juu Mbinguni, au kuhani duniani, au Mlawi ndani ya jamii, kwamba toraha inakiukwa (isipo kuwa kwa Shelomoh pekee).

Mapokezi ya mke mmoja yaliendelea pia. Ni fikra zetu kuwa andiko hili la Yeshayah 8:3 ... *Na mimi nilimwendea nabii {nabii wa kike au mke wa nabii}; naye akapata uja uzito, na alijifungua mtoto wa kiume. Ndipo YAHWEH aliniambia mimi, Mwite jina lake Maher-shalal-hashbaz {jina fumbo – Atavutika Kuteka Nyara*[28] *Haraka}.* ... Ni fikra zetu tafsiri yetu hii ya nabii mke (prophetess) huweza maanisha pia mke wa nabii, au nabii Yeshayah mke wake alikuwa nabii pia. Pia wako wanao sema huyu ni mke wake wa pili nabii Yeshayah.

Yirmeyah pamoja na juhudi zake za kuoa mke, hilo YAHWEH hakumruhusu kufanya. Tunajua kwa andiko la Yehezkel 24:18 ... *Hivyo mimi nili-zungumza na watu {Wayisrael} asubuhi: na ilipo fika jioni mke wangu alifariki; na mimi nilifanya asubuhi kama vile nilivyo agizwa. ...*

Kwa kuwa Daniel alitakiwa kuhudumu ndani ya jumba la mfalme, siyo shaka kwamba uwezo wake wa kuoa ulichukuliwa (alihasiwa –eunich), na hivyo kumpa nafasi ya kujikabidhi zaidi kwa YAHWEH. Lakini kwa andiko la Hosheyah 1:2, tunaona akiamuriwa na YAHWEH kuoa kahaba kinyume na toraha, kama kivuli cha wao Yisrael kuenenda kinyume na toraha? Upo ukimya maalumu kuhusu mke na ndoa kwa Yoel, Amos, Obadia, Yonah, Mikah, Nahumu, Habakuki, Zaphania, Hagai, Zekaryah na Malakhi.

Uwepo wa majitu ulikomeshwa na mfalme David, na hata maingiliano ya wana wa Elohim yalishakoma kitambo kwa vifungo vile ambavyo tulionyeshwa juu ya malaika hao waasi walioacha mahali pao pa asili. Tangu ujio wa toraha, hakuna maingiliano kati ya malaika waasi na binti za watu, kwani dhambi imesha-fichuliwa na sehemu ya ibilisi satani kujulikana duniani.

Hiki ndicho kipindi (kwa waumini wake pekee), ndoa ilipo-tolewa toka sheria za jamii, na kuthibitiwa chini ya taratibu za Mungu YAHWEH kwa toraha. Wote wasio wake waliendelea kwa kadri ya taratibu na maamuzi yao. Pia tunaona uchumba, harusi, na fungate vikibakia kwa kadri ya mila na desturi za jamii ya Wayisrael (toraha haikuthibiti hayo). Ni kwayo haya 3 sisi huona ndoa bado ikiwa kwa kiasi kikubwa taasisi ya kijamii, na itendayo haya yote nje ya hekalu, kama ilivyo kuwa kwa nyakati zote.

Yeshua Kristo mpaka Milenia:

Hiki ndicho kipindi cha usimiko wa agano jipya lilo agano la mwisho duniani. Pia hiki ndicho kipindi ambacho wewe na sisi tuna-simama tukiishi hapa duniani. Kama tulivyo fanya kwa vipindi vyote 5 vilivyo tangulia (Adam-Noakh-Abraham-Mosheh-David-Yeshua), bado ni kanuni zilezile 7 zinayo ihusu ndoa tutakazo ziangalia hata humu, ili kuzifanyia hitimisho. Kipindi hiki kina mengi sana yahusiyo ndoa, na sisi tungependa kuchukua muda kujinafasi.

Ndoa za dada na kaka wa aidha baba au mama mmoja tayari zilisha pigwa marufuku, na kwa machunguzi yetu tuna-afikiana kuwa, marufuku hizo zasimama mpaka sasa. Tena katika hili leo hii, sayansi yaonyesha ukaribu wa kinasaba (genes) katika urithisho wa tabia na maumbile chanya kwa chanya hupelekea mageuzi hasi kama ya utindio wa ubongo, udhaifu wa viungo, utasa, na hata ugumba.

Baadhi ya jamii ambazo bado muundo wao kijamii ni wa kikabila (tribal societies), tunaona mwendelezo wa maingiliano ya kindoa kati ya wana ndugu. Yisrael ya zama za Yeshua na majirani zao takribani wote, walikuwa katika ngazi hii. Kwa siku za leo mashariki ya kati na mbali pamoja na Afrika na Amerika ya kusini, jamii za kikabila bado zaendeleza maingiliano ya wana ndugu kindoa, kwa sababu zile-zile za kale.

Katika uandishi wa agano jipya na hususani kwa wale walioitwa katika uhudumu wa nyumba za Mungu kama viongozi wa watu, hao walitakiwa kuitekeleza nia ya Mungu tokea mwanzoni kwa kuwa na ndoa za mke mmoja. Katika ujadilifu wa talaka awali, ulimwona Yeshua Kristo akifanyia marejeo yake ndoa ya awali, ambayo sisi tunaona ni ile ya Adam na Havaa, ambayo mke alikuwa mmoja.

Ni itikadi ya kitabu chako hiki kwamba, mtu mume na mke walio umbwa, walifanyiwa mwili mmoja na huo kuitwa adam (mtu). Ni kwa jinsi hii pia, sisi tunafikiri kivuli hiki cha ndoa kilikuwa pia utatuzi wa jinsi gani wazae na kuongezeka, kama mtu mke ataondolewa toka mtu (ambaye sasa anaitwa Adam). Hivyo pale Havaa alipo umbiwa mwili mpya kama ulivyo funzwa humu, ni tendo la ndoa pekee liwafikishalo katika kilele cha urudio wa umoja wao wa awali. Sasa basi, kama tendo la ndoa limestiriwa katika ndoa pekee, na katika uumbaji mtu alikuwa mume mmoja na mke mmoja, basi ni sahihi kwa ndoa kubaki kati ya mume mmoja na mke mmoja. Hivi ndivyo ilivyo kuwa mwanzoni mwa yote.

Theolojia ya mtume Shauli tokea ufarisayo wake, umeyajaza maandishi ya agano jipya kwa mafunzo (halakha) yake kama ifuatavyo:

-

1. Kitendo cha mtu kuoa mke wa baba yake (mama wa kambo), amekitambulisha kama dhambi ya uasherati istahiliyo kumtenga huyo (I Wakorintho 5:1).
2. Ili kujitenga na uasherati, anashauri vema kila mtu awe na mke wake (I Wakorintho 7:2).
3. Kwamba mke hana mamlaka juu ya mwili wake bali mumewe, na hivyo hivyo kwa mume (I Wakorintho 7:3-4).
4. Na kwa walio olewa, Adonai anaamuru mke na asiondoke kwa mumewe (I Wakorintho 7:10).
5. Kama mke anaondoka basi asiolewe, au apatanishwe na mumewe, na mume asimwache mkewe (I Wakorintho 7:11)
6. Kama muumini ana mke asiye amini ambaye aridhika kuishi naye asimwache na kinyume chake, kwani asiye amini hutakaswa na anaye amini, kwa jinsi hii watoto ni watakatifu (I Wakorintho 7:12-16).
7. Mume ni kichwa cha mke (Waefeso 5:23).
8. Mume ampende mke na mke ajikabidhishe kwa mumewe (Waefeso 5:33).
9. Askofu na wazee wa sinagogi wawe mume wa mke mmoja (I Timotheo 3:2,12).
10. Teua wazee viongozi wa sinagogi wasio lawama, mume wa

mke mmoja, wenye watoto waadilifu, pasipo shutuma za vurugu au utukutu (Titus 1:5-6).

Hapa mtume Shauli anapo simika viongozi wa sinagogi, anafuata toraha kuhusu makuhani, kuwa shuruti wawe mfano wa asili ya awali kwa kuwa waume wa mke mmoja na siyo vinginevyo. Kama ilivyo kuwa kwa Tanakh, hata kwa maandishi ya agano jipya hili la mwisho, sisi bado tunatafuta wapi muumini wa kawaida anaitwa kuwa mume wa mke mmoja zaidi ya andiko la 2 juu kwa I Wakorintho 7:2 pale anapo zungumzia jinsi ya kuepuka uasherati. Hata wale wenye wake wengi kila mmoja wapo ni mke wake binafsi, na kwa kila mmoja wa wake hao, yeye ndiyo mume wake pekee.

Kipindi chote hiki tunaona mwendelezo wa utekelezaji wa maamuzi na maelekezo ya toraha kuhusu ndoa. Kama ilivyo kuwa kwa toraha, hatuoni katazo la umma wa watu kutokuwa na wake wengi, ila tunamwona kwa kiasi Adonai Yeshua akirejelea jinsi ndoa awali ilivyo paswa kuwa (tena wakati anajadili talaka).

Hii hoja kwamba, kama Mungu angetaka wake wengi basi angewaumba hivyo, siyo makini, sababu awali Havaa hakufanywa mke, bali msaidizi, ambaye tukiangalia hata na viumbe wengine walio umbwa wawili-wawili, tunagundua nafasi hiyo ya usaidizi 'labda' ndiyo mke. Na wengi kama siyo wote, wa hao walio umbwa wawili-wawili; hawana aidha dhana ya ndoa au mitala au talaka, bali kuzaliana tu na yeyote. Lakini hawa, hawakupewa uelewa kama wa mtu, hata wawe na mitzvot.

Kama tulivyo sema kwa kipindi kilicho pita kuhusu wana wa Elohim kuzaa na binti za watu, ndivyo ilivyo endelea mpaka sasa. Majitu hawapo tena na sisi, na kila ugunduzi wa mifupa yao ipatikanapo, ulimwengu huu wa leo hudai ni wa viumbe toka sayari za juu walio jenga hata na piramidi za Misri. Je hii ni mbinu ya kuingiza uasi mpya, kwa kuonyesha wako wenye ufahamu wengine kama mtu kinyume na maandiko matakatifu?

Wakati tukiandika hapa, ni msimamo wa NASA (National Aeronautics and Space Administration) ya Marekani kwamba, mpaka sasa bado kuona wengine wenye ufahamu kama wa mtu ulimwenguni. Lakini hili halizuii wapinzani wa imani ya uumbaji (creation), kutumia televisheni za Curiosity Channel, Geographhy Channel, Discovery Channel, Knowledge Channel, History Channel na nyinginezo kusambaza makala (documentary) za kufikirika (theories) kana kwamba ni hakika (facts), ili kupindisha zaidi uelewa wa walimwengu wenzi wao.

Neno ausherati (fornication) ndani humu humaanisha kwanza kuzini kati ya mwanamke na mwanaume wasio na ndoa. Matendo yote mengine yahusianayo na viungo vya uzazi nje ya ndoa hujulikana pia kama uasherati (sexual immorality). Matendo hayo ni kama kuangalia picha za utupu (porno), kutekenyana kuamsha tamaa (tomasa, romance), na kuchezeana kati ya mtu mume na mtu mke kusivyostahili, pamoja na punyeto (masturbation). Matendo yote mengine ya kinyume na maumbile (kati ya jinsia moja) aidha kwa kutamani, kutenda, nakadhalika ni kufuru ya usenge au kusagana.

Uzinzi (adultery) ni kutamaniana kati ya watu walio olewa na watu tofauti (mwenye mke/ mume au lah), au kufanya kwao tendo la˙ngono (kuzini). Tendo la ndoa ni kufanya mapenzi kati ya wana-ndoa, kuzini ni 'tendo la mwili' aidha kwa uasherati au uzinzi kati ya wasio wana-ndoa. Katika tanakh neno uasherati limetajwa mara 5 ndani ya maandiko 5. Neno uzinzi limetajwa mara 34 katika mistari 29, na mara 35 katika maandiko 28 ya agano jipya la mwisho.

Yaonekana awali tatizo la kuzini lilikuwa katika wana-ndoa (uzinzi), lakini leo ni kwa vijana wetu wasio na ndoa (uasherati). Katika kipindi hiki chetu uasherati unazidi uzinzi. Nini sababu ya hili? Kwa nini maadili yanameguka kwa kasi hivi? Je ni kweli maadili ya ubikira katika agano la awali yalizuia uwepo wa uasherati, kiasi kwamba tendo hilo halikuitaji sheria zake kama toraha idhihirishavyo? Kampeni za ukimwi na uzazi wa mpango, humega maadili ya toraha, zikifungua mlango wa uteketezi wetu.

Adonai Yeshua alifunza katika kipindi hiki kuwa, talaka ilikuja kwa sababu ya ugumu wa mioyo yetu. Kwa kuwa mafarisayo walimtega Adonai Yeshua kwa hili, basi ni fikra zetu walijua hakika talaka ni kasoro (fault) katika ndoa, kwani mahusiano ya mtu na Mungu wake ni ya milele. Na kwamba Adam, Noakh, Abraham, Yitzhakh, na Yahkob hawakutoa talaka.

Hebu twende ndani zaidi kuhusu neno lile la Adonai Yeshua Kristo kwa Matityahu 19:8 ... *Yeye alisema kwao, Kwa sababu ya ugumu wa mioyo yenu Mosheh aliwavumilia {hata awaruhusu} nyie kuwaacha {kuwataliki} wake zenu: lakini tokea awali haikuwa hivyo.* ... Tumeshataja kuwa neno 'tokea mwanzo' hurejelea ndoa ile ya Adam na Havaa, iliyo kuwa ya mume na mke mmoja. Mpaka sasa, bado hiki ndicho kigezo chetu kikubwa kuliko vyote.

Neno tulilo tafsiri 'mwanzo' ni neno alilo-andika Matityahu kwa Kigiriki 'archomai' ambalo humaanisha mwanzo, au kuanzia, au mwanzilishi, au jiwe la msingi, au la awali, au nguvu, au kanuni, au tawala. Kwetu sisi kutumia ndoa ya Adam na Havaa ni sahihi; kwani ndiyo ya mwanzo, ndipo ndoa zilipo anzia. Hivyo hiyo ni mwanzilishi wa ndoa zote. Kama hivi ndivyo, basi hiyo ndiyo jiwe la msingi, au ya awali ya zote, na hivyo kwayo kanuni zote za ndoa zitoke ikiwa mtawala juu wa yote yahusiyo ndoa.

Pia kwa maandiko ya Matityahu 8:14, 19:8-12 mtume Petros alikuwa na mke, na kuondolewa kwa kibali cha talaka (I Wakorintho 7:39) kulipelekea watumishi wake kufikiri kwamba, ni vema basi kutokuwa na mke kabisa. Ndiyo, kwa maandiko hayo hapo juu Adonai Yeshua alikiondoa kibali cha toraha Mosheh alicho kiweka hata kufanya kuachana kwa talaka siyo dhambi. Yeshua anasema; talaka nje ya sababu ya uasherati haisimami tena, kwani atoaye talaka pasipo sababu hiyo pekee, mara anapo oa au olewa, na kujamiiana na huyo, huo ni uzinzi dhidi ya mume au mke wa awali.

Na pale watumishi wake walipo ng'aka kuhusu hilo, na hata kusema ni bora basi mtu na asioe, yeye alijibu kwa Matityahu 19:11 ... *Lakini yeye alisema kwao, Wote hawawezi pokea hili neno, isipo kuwa yule ambaye kwake limepewa.* ... Ni hapa ndipo kilipo kina cha uelewa kwamba; ni vema mhudumu mwenye wito huo ajizuie asioe, lakini kama wewe hukuitiwa useja, basi ni vema uwe mume wa mke mmoja siku zote za maisha yako.

Soma pamoja nasi Titus 1:5-7 ... *Kwa sababu hii mimi nilikuacha wewe Krete, kwamba wewe uyaweke katika mpangilio mambo ambayo yalibakia, na uwatie wakfu wazee katika kila mji, kama vile mimi nilivyo kuteua wewe: yeyote yule asiye tuhumiwa {asiye lawama}, mume wa mke mmoja, mwenye watoto wanao amini pasipo tuhuma za kutokuwa waadilifu {wasio haki} au wenye fujo {na wakaidi}.* ...

Katika hili la viongozi wa Kanisa kuwa na mke mmoja, tunamwona mtume Paulos akianza kwa kutaka viongozi wa juu pekee ndiyo wawe na mke mmoja (I Timotheo 3:1-2). Kisha tunamwona kwa I Timotheo 3:10-12 kutaja viongozi wengine, na hapa ni wazee wa sinagogi kuwa, shuruti nao wawe waume wa mke mmoja.

Tazama mpendwa, hakuna ujanja katika hili, sababu haupo mlango ulio achwa wazi katika toraha na rekebisho hili la Kristo Yeshua, hata mlaghai uweze penya. Kama ukisema hautaoa usiwe katika zuio hili, basi elewa uchaguzi wako ni sawa na kusema, hauta-jamiiana siku zote za maisha yako hapa duniani. Pia tambua kuwa, tendo la ndoa pasipo ndoa ni kuzini, ambako ndiyo dhambi ya uasherati.

Tazama mpendwa, mtume Paulos kama ilivyo kuwa kwa Adonai Yeshua; hawakutoa katazo la uwepo wa ndoa za mitala (mke zaidi ya mmoja). Katazo ambalo bado lasimama ni la wake wengi (kama la wale wa mfalme Shelomoh). Hili tayari lipo kwenye tanakh kama ulivyoona mara. Hivyo hata sasa ndani ya agano hili jipya la mwisho, ndoa za mitala hazikufanyika dhambi (ijapo kuwa imewekwa bayana kuwa, hilo halikuwa lengo, au nia ya Mungu tokea awali ya yote). Hivyo hili linabaki kushindwa (na siyo dhambi) kuifikia nia ya Mungu YAHWEH.

Na kuhusu hawa wenye nadhiri ya utawa au ya useja kwa upadrisho, hawa hawana ndoa leo hapa duniani au kesho Mbinguni. Wewe sasa uliye isha kujua tafsiri na lengo la ndoa humu, pia inakuwa siyo sahihi kusema hawa wana ndoa na Adonai Yeshua. Tazama, karamu ya harusi ya Mwanakondoo bado kufanyika (Ufunuo 21:2-3, 9-10, Yokhana 3:29, na Yeshayah 62:5). Hata katika ufanyiko wake hiyo, bibi harusi ni Yerushalem Mpya, na sisi na wewe tu marafiki za Bwana Harusi (Mfalme wa wafalme Yeshua), tukikaa karibu naye na kuongea naye. Katika nadhiri/ kiapo cha utawa au useja, hakuna tendo la uongezeko kama ndoa. Tumesema haya katika kina cha upendo mwingi kwako mtawa wa Kristo, au mseja wake, kwani ujasiri wenu ni fahari ya kanisa lake.

Lipo jambo ambalo limeingia katika miaka ya karibuni ndani ya kipindi hiki, nalo husumbua sana misingi ya ndoa. Jambo hili lihusilo mapinduzi ya kijinsia, lilikuja ili kutikisa mhimili wa kujikabidhi alio wekewa Havaa. Thamani ya mtu mume na mke mbele za YAHWEH ni sawa. Tazama ni mume aliyepewa kupenda yalipo matendo, na mke kujikabidhi lilo la nafsini. Usawa wa ndoa ni mzani usio mfanoe duniani. Unafikiri mwanaume amependelewa? Sikia asemacho mtume Shauli kwa I Timotheo 5:8 ... *Lakini kama mtu yeyote hawatunzi walio wake, na hususani wale wa nyumbani mwake, huyo ameikana imani {ukristo}, na ni muovu {mbaya} kuliko mpagani {asiye amini}. ...*

Sasa fungua macho na uone mpendwa, Kanisa la ulimwengu kwa maandiko ya wasomi wake wa Kimagharibi walio tangulia, linaafiki kwa sauti moja: ndoa ni ya mke mmoja! Ujadilifu katika suala hili unatiwa hofu zaidi ya nuru. Nao hawa hudai; mjadala huu ulisha fungwa zamani sana, na wao walishinda. Lakini bado maandiko yaliyo mbele zao, yamendelea kumfichua YAHWEH kujalishwa zaidi na kuijaza Dunia, haki, na ustawi wa watoto walio zaliwa, na kesho yao hawa wote, kuliko idadi ya wake.

Kama lilivyo gumu suala la utumwa ndani ya maandiko kwa migongano na falsafa za leo, ndivyo suala la ndoa linavyo kuwa. Bado tunaita ujadilifu wa maandiko, na siyo fikra za watu toka tamaduni ngeni, na misingi ya itikadi zao za kidhehebu kuhalalisha theolojia. Sisi tunatamani kuonyeshwa andiko lisemalo ndoa za wake wengi ni dhambi, au sembuse misingi ya mafundisho yao iwe toka ushawishi wa maandiko yote, na siyo simulizi pekee za watu fulani walioisha kufa zamani za kale.

Tukae chini kujadiliana hoja juu ya hoja, kwa nini Yeshua alipo kuwa anajadili talaka, aligusia awali asili ya ndoa haikuhitaji talaka? Je kwa jinsi hii tunaweza hukumu mtizamo wake kuhusu mitala pia ungekuwa tokea ndoa ya Adam na Havaa? Sisi tumejibu ndiyo. Je unasemaje kuhusu alicho sema YAHWEH kwa David kuhusu mitala, unafikiri aliihalalisha au kuirasmisha? Au vipi kuhusu ukimya wa toraha katika kukemea ndoa za mitala? Au kwa nini msomi farisayo Shauli atangaze ndoa ya mke mmoja kwa viongozi wa sinagogi pekee, vipi kuhusu waumini walio bakia? Au kwa nini hata agano jipya la mwisho litajapo mke, hatuelezwi kwamba yuko pekee, au ni mmojawapo wa wengine (Matendo 5:1, 18:2, 24:24).

Hivi lengo la YAHWEH katika ndoa awali tulisema ni nini: kuzaliana, kuongezeka, hadi kuijaza Dunia tuki-itiisha hiyo. Je muumini wa kawaida afungapo ndoa ya mke wa pili, kwa misingi ya toraha au mtume Shauli, wewe utamhukumu hatia? Kama jibu lako lakosa kipengele (mitzvah) cha toraha kumzuia, je hiyo ndoa inakuwa halali mbele za Mungu au lah? Je lipo fundisho lolote kuhusu ndoa katika agano jipya la mwisho, ambalo msingi wake siyo toraha, au lapingana na toraha?

Katika kujibu haya maswali, na hususani pale wewe utoapo andiko, wewe funga mdomo wako, wacha Mungu kwa andiko hilo aongee. Na ili wewe mtoa andiko kujua usahihi wa andiko hilo kwa kile usemacho kuwa ndicho; waulize watu wa kawaida, maneno hayo yana maana gani masikioni mwao. Tena siyo kwa kile wajuacho (tokea mafundisho), bali maana halisi ya sentensi hiyo akilini mwao (literal meaning). Hivi yayumkinikaje yeye aliyetupa lugha asiweze jieleza binafsi hata kueleweka na wote walio wake? Fikiri tena hili, kwani uhitajika taaluma kupindisha kweli ...

Umeuona ushahidi wetu, na umesikia utetezi na uhitimisho wetu kuhusu ndoa, kuwa ni sahihi zaidi kila muumini awe na mke mmoja. Chimbuko la kauli yetu hii ni utambuzi wa toraha ya kiroho nafsini mwetu, kuwa pale palipo na utata: wewe nenda mbali zaidi, na tenda lilo gumu zaidi. Kama Adonai wetu kwa talaka alifanyia marejeo ya kile cha awali ya yote katika ndoa, basi acha hata na sisi kwa hili ya idadi ya wake, tufanyie marejeo idadi ile ya awali ya yote.

Wewe kwa binafsi yako ndani humu, kama ilivyo katika biblia yako, umemwona Adonai wetu kwa umakini kabisa, akiondoka pasipo kufanya zuio lolote ambalo linaweza simama kinyume na baraka-amri ile ya YHWH. Na hivyo hivyo moto wa kuotea mbali farisayo Shauli, akakomea kwa viongozi tu wa sinagogi. Pamoja na kwamba ni sisi tuendao mbele zaidi (katika ushauri tu, na siyo zuio au achio), lakini kwa kanisa lizungumzalo Kiswahili tokea mfumo wa kufunzwa kwetu kiitikadi, ni sisi ndiyo tutaonekana watetezi wa mitala, sababu kama mtoto, tumethubutu kunyosha kidole hadharani na kusema: mbona mfalme hajavaa nguo.

Na kutamkwa hivi hakufanyi walio kuwa hawajui kuiasi imani, bali kuna-waweka huru warudi kundini wale wote walio kuwa kifungoni kwalo hili, tena kwa kitambo chote hiki. Hivi unajua Yeshua aliwalaumu viongozi wa watu Yisrael kwa kufanya maagizo rahisi ya Mungu mazito sana, na kwisha kufanya hivyo, wao wenyewe wala hawainui kidole kimoja kujaribu kuyabeba. Hivyo kwa jinsi hii wameuchukua ufunguo wa maarifa sahihi kusanyikoni, na wao wenyewe wala hawana lengo la kufungua waingie, na wale walio kuwa wakiingia, nyie sasa mnawazuia (Matityahu 23:1-4, Luka 11:44-46,52).

Hii amri-baraka kwetu sisi ndiyo kipaumbele cha mwanzo, kwani ndiyo sababu pekee ya uwepo wa taasisi nzima ya ndoa duniani. Siku hadi siku agenda ya satani bara Ulaya na Amerika ya Kaskazini kwa matumizi ya kondomu, kufunga kizazi (vasectomy), uzazi wa mpango, LGBT[29], feminizimu na utoaji mimba, zinazidi kupamba moto dhidi ya lengo hili moja na la pekee kuhusu ndoa. Kwa kuyatumia mataifa haya tajiri, na hivyo yenye ushawishi mkubwa duniani, sera zao hizi husukumizwa kwa nchi maskini kama sehemu ya masharti nafuu ya mikopo (non-monetary). Kama adui anatumia fedha, na wewe muumini tumia sadaka, na zaka yako, kuongeza nguvu pale kweli ya maandiko inapo zingatiwa, hata iwafikie wote wengine wanao zungumza Kiswahili.

Taratibu za Ndoa

Kwisha kufunzwa maana ya ndoa, kuelewa asili yake, kutambulishwa juhudi za awali kuichafua mbegu ya mtu, na kutumia kipindi kirefu kuchunguza kanuni zile 7 za ndoa katika vipindi vyote ndani ya biblia yako, sasa uko tayari kuelewa utaratibu stahilifu, ambao utapelekea ndoa kuwepo, kubakia, na kudumu.

Sisi tunaona hatua ya kwanza, ni kwako mtu mume, ambaye ndiye utakuwa kichwa cha familia; kusali na kuamini Mungu YAHWEH atakupatia Havaa wako. Ndipo sasa usonge mbele katika ujasiri na utiifu kwake Roho wa Mungu, hadi akufikishe pale Ribkah wako alipo. Hivyo-hivyo kwako binti Havaa, katika usafi wa beji yako ya ubikira; tazama, Mungu YAHWEH atakuchukua mpaka kwa mumeo, huyo yeye amemwandaa kwa ajili yako pekee. Hivyo mpaka afikapo katika mji wa wazazi wako huyo, wewe baki katika utii na imani kwake YHWH, kupitia Kaka yako Yeshua Kristo.

Katika njia zako, simama kwalo andiko hili la Warumi 8:28 ... *Na sisi tunajua kwamba kila kitu hufanya kazi kwa pamoja vizuri kwao wale ambao wana-mpenda Mungu {YAHWEH}, wale hao alio waita {waalika, wateua} kwa kadri ya lengo [lake] {I Wakorintho 2:9, Waefeso 6:24, & Yahkob 1:12, 2:22}.* ... Acha yeye apange timu ambayo itaweza kamilsha kile alicho waitia nyie wawili pekee kukamilisha katika jamii hiyo yenu mtakapo ishi (hiyo ndiyo Dunia yenu).

Kama hii ndiyo sehemu yako binti Havaa katika uchumba, na waswahili husema: chema chajiuza na kibaya chajitangaza. Sasa ni nini hicho binti Havaa ufanyacho kwa kuvaa hivyo majiani, au ni kwa nini huko kuuza kote sura mitandaoni, na kipi hicho unakitafuta usiku wa manane katika majumba ya anasa? Tazama; ngono imejaa hofu, aibu, magonjwa, na fedheha ya roho gizani, wewe umeumbwa katika nuru, ili ung'are binti Havaa. Wewe jitunze na ung'are katika fahari ya beji ya ubikira wako, kumbuka sana walicho sema wahenga: chanda chema huvishwa pete!

Pasipo sisi kujali asili yako, au rangi ya ngozi yako, au dini yako binti Havaa, kwa kadri ya wewe kufika hapa ili ujifunze yale muhimu kwa/ na mumeo, ni vema ukaanzia pale istahilipo, kama wewe siyo wa imani hii. Tunasema hivi kwa sababu; agizo la kuzaa na kuongezeka hadi kuijaza Dunia, ni kwa wana-adam wote, tena pasipo ujalifu wa hayo yote tuliyo yataja. Kwa mapenzi ya Kristo, Mungu YAHWEH anakufanyia uchagulio wa maisha ya milele, kwa kukualika wewe kuwa sehemu ya familia yake. Ni huyu ndiye kwa upendo mkuu kwako, alimtuma Mwanaye Yeshua Kristo, ili afe mauti ya aibu kwa mateso ya msalaba, afanyie malipizi dhambi zako zote maishani.

Huyu Yeshua, hivi ndivyo asemavyo kwako leo: ... *Kwani wengi wameitwa, lakini wachache wamechaguliwa.* ... [Matityahu 22:14]. Kwa upendeleo huu maalumu wa wewe kuchaguliwa, tafadhali fungua kurasa za mwanzo za kitabu hiki, na kwa dhati ya moyo wako, fanya Sala ya Ukombozi. Sasa karibu binti Havaa, katika familia ya Mungu YAHWEH. Shuruti pia umeiona na kuitambua nia njema ya mpenzio kukupatia kitabu hiki. Anatamani sana nawe uishi milele, na uzuri wako usipotee bure katika gehena ya moto wa mateso milele. Hii siyo kauli ya dharau, bali kweli ya maandiko kuwa; watu hatujapewa jina jingine kukombolewa nalo, isipo kuwa Yeshua Kristo pekee. Hii ni kweli!

Vipi Ndoa Huanza

Ndoa ndiyo taasisi maalumu iliyo anzishwa na Mungu YAHWEH kwa minajili ya yeye kuwa na familia. Katika utimilifu wa agenda hii, hakuna linalo-simama aidha juu yake au kabla yake hili. Mungu ni Mkulima makini, kwa mbegu Adam wa kwanza, alihitaji wana wengi hata waijaze Dunia, ili pale Mbegu Yeshua aliye Adam wa Mwisho ajapo, uteulio tokea wale walio itwa na kuitika ufanyike. Hivi ndivyo majina yetu yalijulikana tokea kuwekwa kwa misingi ya ulimwengu.

Mpaka yule wa mwisho kati yao hawa walio andikwa katika Kitabu cha Uzima cha Mwanakondoo amezaliwa, hakuna atakaye weza simamisha wajibu wa ndoa duniani. Wajibu wa taasisi ndoa duniani, aidha kati ya waumini au wasio amini, ni utimilisho wa ile baraka-amri ya awali kabisa: zaeni, mka-ongezeke, na kuijaza Dunia.

Iliandikwa hivi kwa Mithali 18:22 ... *Anayepata mke amepata wema, na hupokea upendeleo wa YAHWEH.* ...

Hizi chini ndizo hatua tano (5) makini, ambazo tokea hizo YHWH atayafungua macho yako, kuona mambo makuu ambayo awali yalikuwa yamejificha, na pasipo uelewa kwako. **Fanya hivi kwangu, eeh Roho wa Mungu**. Amin

Hatua ya Kwanza:

Nyie msijiunganishe isivyo[30] *stahili pamoja na wasio amini:* ••• *kwani upo ushirika gani kati ya haki na ukiukaji*[31] *wa toraha? Na upo muunganiko gani kati ya nuru na giza? Na yapi mahusiano {ya kirafiki hata wakubaliane na kuwa pamoja} kati ya Kristo na beliya'al*[32]*? au ni sehemu {ya ushirika} gani anayo yeye aaminiye na mpagani?* ... [II Wakorintho 6:14-15].

Ni juhudi zetu za dhati kukushika mkono mpendwa, ili ndoa yako pasipo kujali imeshapita au inakuja mbele, ienende na kubakia katika maelekezo ya Mungu pekee. Hivyo hata kabla ya kuzama katika mada hii ya Vipi Ndoa Huanza, sisi tutajadiliana nawe vigezo na sifa za mke/ mume mwema awali kabisa kama Hatua ya Kwanza ya somo la Taratibu za Ndoa.

Kwa wewe ambaye tayari uko ndani ya ndoa, mada hii inafanyika kile kioo cha kujiangalia ndani ya guduria la kunawia maji makuhani, kabla ya kuingia tabanakoni (kule jangwani). Lakini kwako kijana au binti Havaa, leo unatajiwa kinagaubaga vigezo na sifa za mume na mke mwema. Tutaanza na wasifu 10 za mke mwema, ndipo zitafuata wasifu 10 za mume mwema. Hili ni chekeche lako mpendwa kabla ya kumchagua, au kumkubali mchumba ajaye maishani mwako.

Hizi ndizo wasifu 10 za mke mwema na aliye muadilifu maishani (mtiririko wafuata uzito wa mzani): -

1. Awe binti bikira, aliyeisha vunja ungo, mwadilifu, msafi wa maneno, matendo, mwili, na moyo.
2. Aliye na upendo kwa Mungu YAHWEH na jirani zake, mcha Mungu wa kweli, mwenye utii na unyenyekevu katika kujikabidhi kwa mumewe.
3. Mwenye afya njema, akili timamu, na machoni pako mzuri wa sura, maumbile, tabia, na mwenendo katika maisha yake.
4. Asiwe kahaba, au mke aliye olewa na kupewa talaka na mume ambaye bado yu hai anaishi.
5. Aliye hodari, na mwenye bidii ya kazi, na katika kujiendeleza kielimu, na katika kujifunza maandiko pasipo ukomo.
6. Asiwe mwizi (wa chechote kile kisicho chake), muabudu sanamu, mizimu, majini, asiwe mshirikina, aliyetoa mimba, muuaji, na yote yakiukayo Maneno 10 ya Mungu.
7. Asiwe mlevi wa pombe, mvutaji bangi au sigara, mtumiaji madawa ya kulevya, au chechote kile kifananacho na hayo.
8. Anaye ipenda familia yake na yako pasipo ubaguzi wala utofauti, asiye binti wa mama au baba yako, au ndugu wa karibu kimaandiko.

9. Aliye na marafiki walio mfano mwema kwa jamii, na kila mtu mwema hupendezwa nao.
10. Awe mtunzaji wa nyumba yake, mkarimu kwa wageni, na tajiri wa moyo.

Na hizi ndizo wasifu 10 za mume mwema na muadilifu maishani (mtiririko wafuata uzito wa mzani): -

1. Awe kijana rijali, aliye balehe, asiye na mke, au aliye mpa talaka mke ambaye bado anaishi, aidha ana watoto naye au lah.
2. Asiwe mhuni, mwenye hawara/ kimada (msichana au wasichana wengine anao jamiiana nao pasipo nia ya kumuoa au kuwaoa), au afuataye malaya.
3. Aliye na upendo kwa Mungu YAHWEH, kwako, na kwa majirani wote; aliye mcha Mungu, mkweli kwa maneno na matendo, hivyo hupenda kusali na kushiriki yote ya sinagogini.
4. Aliye hodari, na mwenye bidii ya kazi, na katika kujiendeleza kielimu, na katika kujifunza maandiko pasipo ukomo.
5. Mwenye afya njema, akili timamu, na machoni pako anaye kuridhisha kimaumbile, tabia, na mwenendo wa maisha yake.
6. Asiwe mwizi (wa chechote kile kisicho chake), muabudu sanamu, mizimu, majini, asiwe mshirikina, muuaji, na yote yakiukayo Maneno 10 ya Mungu.
7. Asiwe mlevi wa pombe, mvutaji bangi au sigara, mtumiaji madawa ya kulevya, au chechote kile kifananacho na haya.
8. Anaye ipenda familia yake na yako pasipo ubaguzi wala utofauti, asiye mtoto wa mama au baba yako au ndugu wa karibu kimaandiko.
9. Aliye na marafiki walio mfano mwema kwa jamii na kila mtu mwema hupendezwa nao.
10. Awe jasiri, shujaa, na mlinzi mtetezi wa familia yake, na rafiki zake katika haki.

Katika ufuatiliaji makini wa vigezo na sifa hizi, hakika hayupo mzazi/ mlezi atakaye kunyima wewe kibali cha uchumba, na kisha ndoa yako kama utakavyo ona mbele kidogo. Ni ushauri wetu kwako mzazi kutumia pia vigezo hivi katika kibali chako (badala ya mila na desturi), na zaidi-zaidi ongozwa na Roho wa Neema.

Sasa kwako kijana/ binti ambaye uko katika hatua ya uchumba au urafiki (dating), je huyo wako kwa vigezo vyetu 10 juu, anapata ngapi? Ni lazima apate maksi ambazo hutafsiriwa kati yetu tuzungumzao Kiswahili kuwa ni daraja 'A.' Na wewe kwa binafsi yako umepata ngapi? Je uko tayari kumshirikisha mwenzi wako kamchezo haka kabla ya kumsihi asome somo lote? Je upo uwezekano wa maksi zake kuongezeka mara akisha maliza kujisomea somo hili? Kumbuka, hakuna kisicho wezekana kupitia toba juu ya neema aliyo tupatia Adonai Yeshua Kristo.

Kama njia hii ya kwanza ni aidha hatarishi kwa mahusiano yenu machanga, au haikupi raha moyoni mwako, basi chagua hii ya pili, ambayo pale afikapo hapa atajua kwa nini wewe ulichagua kumpa yeye zawadi ya kitabu hiki kabla ya kufunga ndoa naye. Tutume sisi watumishi wako kufanya kazi ya Mungu wako kwake wote, na siyo katika eneo hili moja pekee. Je uko upendo uzidio tamanio la kumwona milele? Kwa sababu somo hili ndilo ulilo pigia mstari, basi jaza majina yenu katika maeneo wazi hapa chini: -

Mpenzi ....

Kwako la azizi mwandani wangu, uliye furaha ya moyo na tabasamu la uso wangu.

Katika wingi wa huba na tafakari tamu ya mafanikio ya maisha yetu yajayo, nimeguswa roho na nafsi yangu kwamba, hata wewe uwe mshiriki wa hii hazina niliyo gundua kama tunu kitabuni humu.

Najua kitabu ni kikubwa .. ha ha hah! Ni kwa sababu nakujali eeh ... hivyo ni furaha yangu usome hapa kwanza nilipo jaza majina yetu, tena ukianzia mwanzoni mwa somo mpaka mwisho wake (oops namaanisha somo zima la Mafundisho ya Ndoa, na siyo mada hii ya Taratibu za Ndoa pekee 😀).

Ukimaliza nakutengenezea cheti cha kuhitimu pale steshenari[33] na baada ya kamtihani cha maswali, unakuja chakula cha jioni nyumbani, mama anatuandalia kusherehekea mahafali yako – mhhh unasemaje?? Jibu ndiyo ... ndiyo ... ndiyooooo ....

Litakuwa jambo la bashasha na raha sana moyoni mwangu kama utafanya hili moja, ni muhimu sana kwangu, kwani nampenda sana Kristo.

Mpenzio ....

NB

Najua kwa kufika hapa tayari siri yangu yote imesha fichuka, lakini ... hey, hauwezi nilaumu mwenzi wako kwa kujitahidi jamani 😂

Hivi kipo chechote kati yetu walimu wa dini katika sekondari na vyuo, kinacho zuia somo hili la Mafundisho ya Ndoa kutofundishwa darasani? Na kwako kiongozi wa sinagogi, kwa nini kila afanyaye mafundisho ya ndoa asipewe somo hili kujifunza kwalo, na ndipo wanandoa kujadiliana mada moja hadi nyingine mpaka wamalize somo zima? **Katika yote na vyote tuongozwe na Roho wa Neema.** Amin

Hatua ya Pili:

Sasa basi, kama kwa Adam (Havaa) na Yitzthak (Ribkah), wewe hujifunza kwao jambo, basi hilo na-liwe mapenzi ya YHWH yatimizwe, na siyo lolote jingine. Kwako ambaye bado kupokea upendelo huu, leo hii utasali kwa Baba Mungu kupitia neema ya Yeshua Kristo, akuongoze kukutana na akuchague/ kumchagua mwenzi wako akustahiliye maishani mwako.

Kwa kuwa hilo la kiroho sasa liko sawasawa, acha tugeukie yale yakupasayo wewe kutenda katika mwili wako, na tena kwa kadri ya desturi za jamii uishiyo (sicho ulicho kiona kwenye filamu). Ni hivi ili ushahidi wao, tokea mwonekano wako, uwe wa sifa njema kwa wana wao kwamba; wewe wastahili kuwa mme/ mke mzuri. Alisema hivi

Algernon Sidney na baadaye kufanywa maarufu na Benjamin Franklin (1736) kuwa: 'Mungu husaidia wanao jisaidia wenyewe.' Na sisi tuzungumzao Kiswahili husema: 'ukibebwa jishike.' Kauli zote hizi mbili humaanisha kuwa, Mungu akisha fanya sehemu yake kiroho, basi hukupasa wewe utoke nje kutimiliza yaliyo sehemu yako kimwili. Ni hapa ndipo tuliita ujasiri kwa vijana, na siyo kujificha nyuma ya simu (mitandao ya kijamii), kushuhudia vimada wakiwa ofisini[34] kuuza sura.

Sikiliza mpendwa, tena sikiliza vizuri sana; hauwezi kujifungia ndani na kutaka Mungu amdondoshe huyo mchumba tokea darini mwako, hili lilikwisha kwa Adam. Tazama, aliye wako tayari yuko katika shughuli za maisha kama wote wengine. Hivyo katika imani, upendoni, na ndani ya pumziko lako, enenda kila siku ukijiandaa kukutana naye. Siyo katika matamanio yako kwa kuangalia vya mwilini, la hasha, bali kwa kusikilizia tokea ndani yako. Yeye akuongozaye yuko nawe siku zote, mahali pote, na kila wakati.

Kama kijana wajiuliza huko nje alipo ni wapi huko? Angalia, kwani aweza kuwa sinagogini, kisimani, shambani, sokoni, madukani, karamuni, harusini, safarini, msibani, hotelini, chuoni, ofisini, bustanini, au maeneo yote mengine stahilifu. Likimbie kiza, kama mtu akimbiaye ukimwi. Pia binti tambua kuwa, siyo katika mavazi yako au muonekano, bali ni tokea mdomoni mwako, kwani ndipo yale yaujazao moyo wako hujulikana na kutathminiwa. Hivyo pale wote mkitongozana kwa maneno ya kuvutia mema upande wako, jichungeni msiseme uongo.

Kwako mtu mume (sasa pale atakapo kufanyia utambulisho wa mke huyo), shuruti umtaarifu kuhusu uachio wa pendo lako kwake siku zote za maisha yake. Vile-vile kwa binti Havaa (pale atakapo kufanyia utambulisho wa mume huyo), pia mtaarifu uamuzi wako wa kujikabidhisha kwake siku zote za maisha yake. Utasema haya binti Havaa kama umeafiki pendekezo lake hilo la uchumba kwako.

Kuanzia sasa mpaka siku ya ndoa kwa sherehe ya harusi, na fungate baada yake, wewe shuruti udumu katika kumshukuru na kumsifu YAHWEH, huku ukisubiria taratibu za kijamii kukamilika. Pia tambua, chechote afanyacho mwenzi wako katika hatua hii, shuruti uweze kuwaeleza wazazi/ walezi wako pasipo uhitaji wa kusitiri chechote kile. Hili ni muhimu sana!

Pale ujikutapo katika miadi (ya mchana) na mwenzi wako huyu, endelea kutenda yote katika nuru ya maandiko matakatifu. Pale mkutanapo rasmi kwa mara ya kwanza mahali pa wazi (public place), badilishaneni historia ya maisha ya kila mmoja, na familia yake mpaka hapo mlipo. Ongeeni pia yale magumu, kuhusu hali za afya na kiuchumi, kama yapo madeni yatajwe katika siku hii ya kwanza. Ni vema msingi uwe wa kweli na uwazi tokea siku ya kwanza, kama yeye siyo, basi acha na iwe hivyo leo, na siyo kesho, baada ya kuwekeza wingi wa hisia juu yake.

Tumia wakati katika kujadili kama yapo mahusiano ya awali, hususani kujua nini kilipelekea mahusiano hayo kutoishia kwenye ndoa. Akisema hilo linamuumiza sana kurejelea, mwambie ni muhimu kwako, sababu shuruti ujue ili kuepuka, au kumtaarifu kuwa, hata na wewe uko hivyo-hivyo, kwamba hakuna tendo la ndoa pasipo ndoa. Uliza kama alishawahi kufunga ndoa, au kuzini na yeyote katika mahusiano yaliyo pita. Kumbuka, historia ya mahusiano ya awali, huu ndiyo wakati wake pekee kusailiwa na kupokea neema maishani mwenu.

Kwisha hatua hii na kuamua kusonga mbele, kumbuka haya yatakuwa yamepita milele, na siyo vema kesho mkigombana (kama ilivyo kawaida kwa wana-adam), mmoja wenu kutumia taarifa hizi tena dhidi ya mwenzi wake. Huko ni kutenda pasipo haki. Lakini kama hilo limekuja julikana baadaye kwa yeye kuficha. Mpenzi mkalie kooni mpaka aseme yote mengine yaliyo fichwa, lakini kama ni kweli alisahau, msamahehe, na hilo pia litupie kwenye kapu la samehe na sahau.

Pia yako haya madogo madogo tokea ustaarabu na utu wema: kama unalo gari, ni vema kwenda hadi mlangano mwa nyumbani kwao/ kwake kumchukua. Kwisha kumsalimu na kufurahia uzuri wa mavazi yake ukimsifu jinsi alivyo pendeza, pale mnapo lisogelea gari ni uungwana umfungulie mlango akae pembeni yako. Ufunge mlango huo taratibu kwa uangalifu (kumwonyesha unajali usalama wake) mara tu akisha ingia na kukaa katulia kitini. Heshima hii itakuwa wakati wote, na Mungu akubariki utende hili maishani mwako mwote, sababu yeye amechagua kujikabidhisha yeye na maisha yake yote kwako. Huyu ni binti wa YHWH, na dada wa Yeshua aliye jikabidhisha kwako, hivyo kijana kuwa makini kugusa kitakatifu

Hatua ya Tatu:

Baada ya kupita miadi kadhaa kati yenu na urafiki kuanza kuongezeka, tambua sasa wakati umesha fika wa mwenzi wako huyo kutambulishwa kwa wazazi/ walezi. Hii sasa ni hatua ya juu katika kuelekea uchumba rasmi.

Wazazi au walezi nao ni vema wapate nafasi ya kumsaili mwenzi wako, na kisha kutoa kibali, au kupiga marufuku mahusiano hayo. Ni hapa ndipo ulizo la pili toka kwa wazazi kwenda kwa binti lilipo, kama yeye anamkubali mchumba huyo. Pale palipo kibali cha wazazi, taratibu za posa (kishika uchumba) na pete ya uchumba (engagement ring) zaweza fanyika. Hili shuruti litendeke kwa pamoja na wazazi/ walezi wa pande zote mbili.

Hatua ya Nne:

Sasa taratibu zote za kimila katika kuoza binti au kuoa mke, shuruti zifuatwe na kukamilishwa katika maeneo yale tu ambayo hayagongani na aidha toraha au injili. Hapa ndipo taratibu zote za washenga, posa, na zawadi za wazazi wa bibi harusi (mahari) hutolewa.

Kwisha haya kukamilika, hati ya kiapo cha ndoa (marriage certificate) inaweza kusaininiwa na pande zote mbili. Pia huu ndiyo wakati wao wa kuchagua ndoa yao itakuwa ya mke mmoja au wake wengi kwa kusema hivyo ndani ya hati hiyo. Hati za ndoa za serikali nyingi tayari zinazo swali hili humo (na wengi katika kufunga ndoa husahau kufanya uchaguzi huo hapo).

Wengi wetu wameipeleka hati hii sinagogini kwa desturi za kimadhehebu, lakini tokea awali hili halikuwa hivi hata kule Yisrael. Pia wengi katika siku hii ya kufunga ndoa kwa kiapo cha serikali tokea hati hiyo, wao huamua pia kufanyia ndoa hiyo sinagogini (mbele za Mungu YAHWEH) kupokea baraka za viongozi wa sinagogi lao. Shughuli hii huitwa misa takatifu, na baadhi ya madhehebu huita tendo hili sakramenti ya ndoa, na hicho wakifungacho ni ndoa takatifu.

Hatua ya Tano:

Hii ndiyo hatua ya mwisho, ambako iko karamu ya sherehee ya harusi, na fungate la wana ndoa, na yote haya ni matokeo ya ufungo wa ndoa hiyo. Uwepo wa ndoa ni matokeo ya ridhaa za wazazi. Yote mengine yanayo fuatia baada ya ridhaa hizo, ni shughuli za uwekaji wa ndoa hii hadharani. Na kwalo hili ndipo ulipo ushahidi wa kwamba; fulani ni mke au mume wa fulani. Hivyo haipo shaka yeyote katika jamii husika kuhusu huyo ni mume au mke wa nani. Ni tokea uelewa huu, ndiyo hapa pia mfungishaji wa ndoa hiyo huwauliza maharusi na jamii kwa ujumla, kama wanaafiki ndoa hiyo (hii huwa mara ya 3 na ya mwisho kwa bibi harusi kuulizwa ridhaa yake).

Chungua maandiko mpendwa uone kuwa, ni katika jinsi hizi wakati wote maandikoni Mungu huitambua ndoa. Kwa kufanya hivi ndoa hurudishwa katika jamii husika kwa ajili ya amani, na hivyo ongezeko la watu wa jamii hiyo, pasipo kugombania waume au wake wasio wao. Hili la kupeleka ndoa sinagogini na kuita tendo hilo takatifu ni la karne za hivi karibuni sana, lakini ndoa kwa milenia zote zilizo pita zili-kuwepo mbele ya Mungu YAHWEH.

Tizama, hata pale Abraham na Yitzhakh walipo waita wake zao dada zao (jambo ambalo pia ni kweli), Mungu aliwaonya majirani zao kutowagusa, kwani hao ni wake zao. Hizi haziku-fanyikia aidha popote pale unapo weza kuita mahali pa kidini, bali ndani ya jamii zao. Ni hivi hata kwa wake wote wa David, hatuoni tabanako au makuhani kuhusika. Hata kwa ndoa ya Yosef na Miryam, ni suala la kijamii kupitia mikataba (ketubah) yao wanayo itambua watu wa jamii hiyo. Haukuwepo uhusika wa sinagogi isipo-kuwa pale uhitajipo ushauri kuhusu toraha au halakha.

Ndoa zote katika jamii za watu, aidha waumini au wapagani, hutekeleza ile amri-baraka yake, hivyo yeye anazitambua zote. Ichungue toraha uone kwamba, hutenda kwa wasio wake tokea walio wake kana kwamba hao pia ni wake. Ni kuivunja toraha kwa muumini kuoa mke wa mwingine kwa sababu eti yeye huyo, siyo wa imani hii, hivyo YHWH haitambui ndoa yake hiyo.

Maelekezo yake kwa toraha kwetu sisi tulio wake ni shuruti kuyatii, lakini chechote kingine tokea fikra na falsafa au itikadi za watu zinapo unganishwa na toraha hiyo, yeye hujitenga nalo hilo. Wewe tekeleza vipengele vya toraha ulivyo funzwa humu, na mahusiano yako na Mungu YHWH yako salama. Usitishwe na mtu au dini, au dhehebu fulani, bali kile kinacho athiri mahusiano yako na Mungu YAHWEH pekee (maandiko).

Je unalikumbuka lile swali la ajabu kule mwanzo kabisa: nionyeshe andiko linalo kataza mwanaume Mkristo aliye na mke kufanya makubaliano ya maingiliano ya kimwili (sexual intercourse) na binti asiye Wa-Kristo, na ambaye hana ubikira, wala kuchumbiwa, au kuolewa? Hizi hapa chini ni kanuni 4 ambazo ulipewa awali kama sehemu ya zile 30. Na ndani ya kanuni hizo tulitaja maandiko yake maalumu, hayo ndiyo vipengele vya toraha, na tokea hayo, sisi tutalijibu lile swali leo ifuatavyo: -

1. Usioe mke kahaba, au asiye wa imani, au aliye talikiwa, kwani wewe ni mtakatifu kwa Mungu (Walawi 21:7,14).
2. Shuruti uoe mke katika ubikira wake (Walawi 21:13-14,

Hesabu 30:16).

3. Kama mtu akimpata binti bikira asiye poswa na kulala naye na wakakamatwa, mtu huyo atamlipa baba wa binti shekeli 50 za fedha, naye atakuwa mkewe kwani amemtia aibu. Shuruti asimwache maisha yake yote (Torati 22: 28-29, Kutoka 22:16-17).
4. Kama ukiona binti mzuri kati ya mateka YAHWEH aliyowapa, na wewe ukatamani awe mkeo; utamchukua nyumbani, atanyoa kichwa, na kukata kucha zake, atatoa nguo za umateka na kubaki nyumbani mwako mwezi mmoja akililia wazazi wake. Ndipo utafanya naye tendo la ndoa, naye atakuwa mkeo (Torati 21:10-13).

Hili swali linafikiri kwa makosa kwamba, tendo la mwili na binti wa dini nyińgine halina cha kufanya na toraha ya Mungu. Sheria ya YHWH kwa Walawi 24:22, na Hesabu 15:29, uhukumu muumini wake sawa na inavyo mhukumu asiye amini katika Mungu YAHWEH. Hii ina maanisha huyo binti asiye wa imani yetu, naye analindwa sawa kabisa na binti wa imani yetu. Kuhusu hilo la makubaliano ya kufanya tendo la mwili na asiye mke wako, hiyo ni dhambi ya kuzini. Na kuhusu yeye kutokuwa na ubikira, na tena mkubaliane kuzini, basi huyo ni malaya pia.

Pale sisi tulipo chungua msingi wa swali, na kutafuta nini haswa kinacho ulizwa katika mazingira ya leo hii, ndipo tuliongeza kanuni hiyo ya 4 juu. Hii ndiyo picha iliyo kuja vichwani mwetu: mwanaume muumini mwenzetu, nyumbani kwake alipo na mkewe, na labda binti wa kazi, ambaye siye Mkristo. Pia binti huyo ana tabia mbaya, hata amvutie kumtega muumini, au atongozwe na kuafikiana na muumini huyo kufanya ngono. Hapo ndipo sisi tulimwona binti huyo kama mateka, lakini kwa hakika siyo, yuko hapo kwa ajili ya ajira.

Kwa sababu hakuna tendo la ndoa pasipo ndoa, hizi ndiyo hukumu zetu kwalo hilo: kwa kuwa umemwona binti huyo mzuri hata kutamani kufanya naye tendo la ndoa, basi shuruti ufuate taratibu za kuoa kwa misingi ya jamii binti huyo anako toka (kama tu cheti chako cha ndoa ya awali ni cha wake wengi, ama sivyo mkeo anao uwezo wa kuzuia hilo mahakamani). Pamoja na kizuizi hiki, pia unazuiwa kufanya naye ngono bila ndoa, kwani hiyo ni dhambi ya uzinzi. Na kwa sababu hana ubikira, na kiasi kwamba mmeweza kuafikiana hivyo (aibu kwa wazazi wake), basi huyo ni malaya, na ni dhambi kwako kufanya ngono na malaya, au kuoa asiye na ubikira, au asiye muumini wa Mungu YAHWEH. Kama utatenda hili; utakiuka hayo 4 na endaikawa mkataba wako wa ndoa pia.

Kuhusu dhambi hizi haipo hatia ya kifo, sababu binti siyo mke wa mtu kama ilivyo kuwa kwa Yokhana 8:5-11, tokea mashtaka ya wanasheria na mafarisayo mbele za Adonai Yeshua. Tunahakika kupigwa mawe waliko kutaka ni kwa Walawi 20:10 na Torati 22:22, ambako anaye kamatwa ni mwanaume akizini na mwanamke aliye olewa, au mke wa jirani yake. Hukumu yao wote wawili ni kifo, lakini aliye letwa mbele za Adonai Yeshua, ni mwanamke pekee (tunafikiri kahaba). Katika zama hizi utekelezaji tayari ulikuwa umesha kuwa butu, na onyesho lao hilo, ilikuwa kwa lengo la kumtega Yeshua ampinge Mosheh (wamwite Nabii wa uongo), au aamuru utekelezaji wa toraha (wamtuhumu kuchukua madaraka ya gavana).

Nafasi ya Jumuiya na Jamii

Kile ambacho wewe na mwenzi wako mlianzisha kati yenu, mara uchukuliwa na kuwa jambo la wanandugu na jamii nzima. Sisi tuzungumzao Kiswahili tunajua; kwa kuwa huwachukua kijiji kizima kumlea mwana, basi hata ndoa na sherehe ya harusi ya mwana huyo, huwa yakwao wote. Nenda mitaani uone, ndoa hazifungwi katika upweke, bali katika shamra-shamra za kadamnasi cha mashahidi.

Tunapenda wewe mpendwa uwe mwerevu katika hili pia, kwani zipo sherehe tatu katika siku ya harusi yako. Sherehe ya kwanza ni ufungaji wa ndoa kwa kutia saini hati ya mkataba wa ndoa (marriage certificate), sherehe ya pili ni karamu ya chakula na vinjwaji (wedding). Sherehe hizi mbili za awali uhusanisha jumuiya yote, lakini sherehe ya tatu ni fungate (honeymoon) iliyo kati ya maharusi pekee. Tafakari haya kwa Yokhana 2:1-11, Luka 14:20, Torati 24:5, Mwanzo 29:23-27.

Katika agano jipya la mwisho tunaona tofauti ya kiasi fulani kuhusu neno ndoa (marriage, halal, ekgamizo) na harusi (wedding, halal, gamos) kinyume na agano la awali ambako ndoa na harusi ni tendo moja (halal) la kumtoa kwa makubaliano (hatan) binti katika ndoa (Mwanzo 34:9, Torati 7:3, Yehoshua 23:12, Zaburi 78:63), au kuishi pamoja (ona), hivyo kuhesabiwa ndoa (Kutoka 21:10). Ila katika agano la awali kama jipya la mwisho, pia huona mwingiliano wa maneno hayo kama Matityahu 22:4 (gamos), 22:9 (gamos), 25:10 (gamos), na Ufunuo 19:9 (gamos).

Katika Matityahu 24:38 na I Wakorintho 7:38 kumtoa binti aolewe limetumika neno 'ekgamizo' mara mbili ambalo humaanisha ndoa au kuoza. Neno pingu za maisha (wedlock - naap) limetumika na Yehezkel 16:38. Neno ndoa limetumika takribani mara 22 katika biblia, na harusi mara 7 katika agano jipya pekee. Na neno kuoza au kuolewa (marry, yabam, ishsha, hutsi, yashab, bawal, gameo, epigamreyo) limetumika mara 24 ndani ya biblia likibeba maelezo ya ziada kwa kila kati ya hayo litumikapo. Siyo nia yetu kwamba uchanganyikiwe, bali uelewe kuwa, huu utofautisho wa ndoa na harusi ni mwendelezo wa tendo hilo-hilo moja.

Nafasi ya jamii inayo kuzunguka ni muhimu sana, sababu tokea hatua ya miadi tuliitumia hiyo kama kioo cha nuru iakisiyo makutano yenu. Ni hawa walio kuwa walinzi wa makutano hayo pasipo wazazi. Wewe unajua ni katika hatua gani wazazi walijua, na kuingilia hili. Sasa katika harusi wanageuka kuwa mashahidi, ili kesho katika ndoa warudie ulinzi wao, tena kwenu nyote wawili.

Ndoa ni jambo la heri, fahari, na la kupigiwa mfano hata lifanywe na jumuiya ndani ya jamii yao. Hivyo jumuiya hujinadi kwa ubora wa malezi yao ndani ya jamii, na hivyo kila mwanajamii kujitahidi naye kulea watoto wake hata kufikia taji hili. Pia ni kauli ya hadharani toka kwa wanandoa kuhusu usafi wao, na uzito wa pendo la mume, na kujikabidhi kwa mke. Pia ni tangazo la hadharani kuwa, fulani na fulani hawapo tena katika chaguzi, au kutongozwa, au kuvutiwa kimpenzi. Harusi ndiyo dawa iondoayo sikufahamu kwa wanajamii, pale yeyote amsogeleapo mmoja wa hawa.

Ni kwa jinsi hii kila jamii huweka adhabu kali kwa mguswa na mgusaji. Mke mwema pale utongozwapo humtangaza mchafuzi huyo kwa wote walio wake, kama vile mume mwema pale ategwapo ili kunaswa na mwanamke mwingine, humweleza hilo mkewe. Katika yote na kwa vyote, nuru na itawale. Tafakari

Katika kuangalia aina hizo 3 za sherehe tuliruka mtiririko halisia wa sherehe hizi. Lakini sasa wajua kuwa siku ya kufunga ndoa yako ndiyo pia siku ya harusi yako. Tazama, harusi hutanguliwa na ndoa, lakini mara tu harusi ikamilikapo, kifuatacho ni fungate la kuvunja ubikira. Ni desturi zetu sasa katika siku hii iliyo jaa shamrashamra, wanandoa huchukuana hadi madhabahuni pa sinagogi. Wakiwa hapo maandiko yahusiyo ndoa husomwa. Ndipo mhudumu huongoza ahadi za kiapo cha ndoa kati yao, na kusimamia uvishanaji wa pete. Mara haya kukamilika, huwatangaza rasmi kuwa mume na mke. Taratibu za kusaini[35] hati ya mkataba wa ndoa, inayo tambuliwa na jamii (serikali) hiyo, nazo hukamilika mbele za mashahidi hawa.

Kwisha haya, ndiyo msafara huanza kurejea aidha nyumbani au katika eneo maalumu ambako karamu ya harusi imeandaliwa. Wakifika hapo vyakula na vinywaji hugaiwa kwa wanajamii wote walio alikwa. Wakiwa huko muziki wa mahaba na furaha hupigwa na kuchezwa. Mvinyo au pombe ya jamii hiyo hunywewa kuchangamsha sherehe na kuleta furaha kwa wote walio kusanyika hapo. Ndipo waalikwa hutoa zawadi kwa mji huu mpya kati yao.

Mara ifikapo jioni na jua kushuka, ndipo wanandoa huchukuana hadi mahali maalumu palipo chaguliwa rasmi kwa ajili ya wao kuutumia usiku huo pamoja kwa mara ya kwanza. Kama tulivyo sema awali, katika siku hii ndiyo wao hushiriki tendo la ndoa kwa mara ya kwanza (consummate). Kila kijana hutarajiwa kuvunja ubikira wa mkewe, kama vile mkewe alivyo wa kwanza kufanya naye mapenzi maishani mwake. Huu ndiyo ukamilifu wa ndoa yenye heri.

Pasipo uthibitisho wa usafi wa binti kwa ubikira wake hapa wakutanapo kwa mara ya kwanza, kibakiacho ni ukomo wa uaminiifu, na safari ya kuelekea talaka kuanzia siku hii ya kwanza. Nani awe zezeta[36] hata ampokee huyu kuwa mwandani wake, wakati kumbe alisha kuwa mwandani wa jirani yake. Kwa sababu hii basi, shuruti vijana na binti zetu tuwafunze na wajifunze kwa uadilifu kutembea nuruni katika utakatifu na usafi ustahiliyo mbele za YAHWEH Mungu wetu.

Hili si jambo linalo kamilika kwa kuvishwa beji ya 'Binti Havaa' kifuani tu, bali sasa tuwasifiye hadharani mabinti zetu hawa. Tuwatangaze kuwa mashujaa walio ishinda tamaa chafu, na wawe gombanio la vijana wetu kufunga nao ndoa. Wakati umefika sasa wa dhana ya uzuri na ulimbwende wa binti, ubebe kwanza ubikira kabla ya sura au maungo. Je Yahkob hakusubiri kwa miaka 14 (Mwanzo 29:23-27) ya ubikira wa Rahel kipenzi cha roho yake?

Mmoja wetu katika udogo wake anakumbuka kuona ndoa ikifungwa jirani na kwao. Na mara ilipo malizwa kufungwa, maharusi walipelekwa chumbani kwa ajili ya fungate kuitimilisha (consummate) ndoa yao. Wakiwa chumbani humo, kitanda hutandikwa shuka jeupe ili damu ya ubikira imwagikie hapo ikiwa ushahidi wa binti kufanya tendo la ndoa kwa mara ya kwanza maishani mwake. Kwisha kupatikana damu hiyo, shuka hilo hutolewa nje na kuzungushwa kwa ushahidi kadmnasini, huku likishangiliwa kuwa, binti alikuwa bikira, na ndoa imekamilika salama. Tanakh siyo tu hurejelea hili, bali huita shuka hili mbele ya mahakimu malangoni pa mji (ndipo mahakama hukaa) pale utokeapo ubishani.

Hii ndiyo rekodi ya kwanza ya tendo la ndoa katika biblia yote tokea Mwanzo 4:1 ... *Na Adam alimjua Havaa mkewe; naye akawa mjamzito, na alimzaa Kayin, na alisema, mimi nimempata mwanaume kwa [msaada] wa YAHWEH. ...*

Hivi wewe mpendwa wafikiri nini maana ya neno '*kwa msaada wa YAHWEH*' katika kauli ya mama yetu wote Havah hapo juu? Maandiko mengine hutafsiri 'toka kwa YAHWEH' (Complete Jewish Bible, King James, Bible in Basic English, Webster's Bible), wakati Jewish Publication, American Standard (ASV, 1901), Amplified Bible na World English Bible ni kama tafsiri yetu toka hapo juu. Young Literal Translation hutafsiri na Darby English Bible 'kwa YEHOVA.' Douay-Rehims hutafsiri 'kupitia Mungu.'

Bila kujali matumizi ya 'kwa,' 'kutoka,' au 'kupitia' tuonacho kwa ujumlisho wa tendo la ndoa hili kutendeka kwanza; ni hakika fulani ya uwepo wa mchango wa YAHWEH. Ni aidha maarifa ya elimu ya tendo la ndoa, au hekima ya jinsi ya kufanya, au wapi lifanyike, na namna gani lifanyike, au yote haya kwa pamoja. Pia yawezekana toka hayo katika hatua hii ya uzazi, ni maarifa na hekima ya jinsi ya kujifungua, kunyonyesha mtoto, na yote mengine. Kwa kuwa sote tunajua Adam hakujua, basi Havaa anatuonyesha wapi yeye alipokea maarifa hayo. Je yewezekana ni ukunga ulio fanywa na Mungu Neno hata Havah aseme Kayin yeye 'alimpata' 'kupitia' YAHWEH pale alipompa baada ya uzalisho? Mungu anajua ...

Ndoa ni jambo jema na la furaha machoni pa Mungu wetu YAHWEH, hata ikubaliwe Mbinguni muujiza wake Yeshua wa kwanza maandikoni, uwe kugeuza maji kuwa mvinyo katika karamu ya harusi. Na afanye hivi kuongeza furaha tokea kile kinacho mfurahisha Baba Mungu Mbinguni. Hili la ufanyikaji wa familia yake duniani kupitia ndoa, ndiyo kipaumbele cha kwanza kupitia Mpango wa Ukombozi ulio mleta Mwana huyu duniani.

Sisi tunafikiri: kwa wewe dada usiyepitwa na jambo, na kwamba ni lazima ujue kila kitu, na tena hapa-hapa sasa hivi, nini hicho mama Havah alifunzwa na Elohim, vema ufanye Sala ya Ukombozi kama wewe siyo sehemu ya familia ya Mungu YAHWEH, ili kesho katika milele, uwe na muda kibao wa kuchapiwa stori zote, tena na yeye mwenyewe, akiwa bado katika ulimbwende wake ule alio umbiwa.

Kwa vijana msio kombolewa, kama unataka kumwona mwanamke mzuri na mlimbwende kushinda wote walio isha wahi kuzaliwa (yeye aliumbwa), fanya Sala ya Ukombozi tukutane kwenye maskani yake kesho Mbinguni, tumwone akiwasimulia hao wasio kwisha mbele zake. Kama wewe unapendelea zaidi teknoloji, Mbinguni tunayo bora zaidi, karibu masijala, uunganishiwe (uplink) akilini mwako ya rekodi za picha (video) au sauti (audio) za tukio hilo bureeee ...

Vipi Ndoa Huisha

Ndoa huisha kwa mauti ya kwanza kwa mmoja wenu hapa duniani. Talaka siyo mwisho wa ndoa, bali ukatisho wa ndoa, sababu ndoa hukoma kwa mauti pekee. Hivi ndivyo nia ya Mungu YAHWEH kwake hili ilivyo kuwa, ilivyo, na itakavyo bakia milele. Tokea uelewa huu basi, inakuwa sahihi kusema, kifo pekee ndiyo huuvunja mkataba wa ndoa, na kuwaweka huru wote wawili. Aliye bakia duniani huwa huru, na hata ajapo Mbinguni na kukutana, wote wawili huwa huru, sababu Mbinguni hakuna kuoa au kuolewa (Matityahu 22:30).

Takribani yote tufundishayo hapa, ni kwa maharusi wa kwanza, na siyo kwa zile za wajane au walio talikiwa ipasavyo (kwa sababu ya uzinzi - Matityahu 5:32) kuolewa tena. Na kuhusu hili la talaka halali, je nini fikra zako kuhusu kuolewa au kuoa tena kwa aliye tenda uzinzi au tendewa uzinzi? Je wote wawili wanastahili kufunga ndoa mpya, au ni kwa yule aliye tendewa pekee? Je unalo andiko kuthibitisha msimamo wako huo? Na vipi kuhusu neema na huruma ya msamaha kwake aliye tenda?

Hili la talaka tulisha livinjari kwa kuligusia awali kule mwanzo tulipo jadili tafsiri ya ndoa, dhana ya umilele wa ndoa, na talaka kama katizo lipelekealo mwisho wa ndoa. Hata sasa sisi hatuoni mafunzo mengine bora zaidi ya yale, bali hatuna budi kuyaleta kwako tena katika kushindilia uelewa.

Talaka:

Maandiko yako bayana kabisa kwamba, tokea awali ya yote mpaka leo siyo lengo la YAHWEH kuwepo talaka duniani (Malakhi 2:16). Hivyo talaka ni matokeo ya upotefu na kushindwa kwa jamii. Maandikoni ndoa hutajwa kufanyika mbele za YAHWEH, lakini utaratibu wa talaka ni kwa sehemu ya ushahidi ule wa jamii harusini (Torati 24:1-4, Matityahu 5:31-32, 19:3-9, Marko 10:9, Malakhi 2:16).

Hivyo kwa jinsi ya watu ndoa ilikoma kwa talaka (certificate of divorcement), hata Mosheh kwa toraha yake asiwe na budi bali kutoa kibali hicho. Kwa hili ridhaa ya mtu kama mungu wa Dunia ilisimama dhidi ya ile ya Mungu YAHWEH. Ni jinsi hii mtu aliitwa kutotenda dhambi, lakini bado mlango wa toba ulifunguliwa, ili kafara ya sadaka ya dhambi iweze tolewa.

Tunamwona mtume Shauli akitumia kanuni ya kosa dogo dhidi ya kubwa, pale anapo ruhusu mtu aliye mpokea Kristo anapo achika kwa sababu hiyo, awe na haki ya kuolewa au kuoa tena, kana kwamba ndoa ya awali haijawahi kuwepo (sababu pale alipo zaliwa mara ya pili hufanyika mtu mpya). Mtume Shauli akifanyiacho mlinganisho hapa; ni upendo kwa YAHWEH shuruti uzidi yote na vyote (I Wakorintho 7:15). Upendo kwa YAHWEH, ndiko kumchagua yeye kwanza, juu ya vyote na wote, tena juu ya ndoa yako, ijapo kuwa yeye ndiye aliye zuia utenganisho kindoa.

Tafakari makini ya maandiko hutupa sisi mambo makuu 3 ambayo kwayo, ugumu wa mioyo ya watu (kinyume na matakwa ya Mungu), hupelekea talaka kuendelea kutolewa mpaka leo hii. Hili hufanyika chini ya kanuni ya 'bora uovu mdogo kuliko uovu mkubwa.' Kimsingi kanuni hii marabai wa kale waliiruhusu, na hata Yeshua Kristo alionekana kuitumia mara kadhaa; mfano ni pale alipo uliza kuhusu ng'ombe akitumbukia kisimani siku ya Shabath, kufanya uponyaji siku ya Shabath, kiungo kama chaweza sababisha kutokwenda Mbinguni, je si vema ukikatilie mbali (toraha yazuia hata mchoro (tattoo[37]) mwilini mwako –Walawi 19:28).

Sasa tunataka hapa uwe msikivu; tokea ugumu wa mioyo ya watu kwa kanuni hiyo ya kirabai, ndiyo sisi huona milango hii 3 pekee maandikoni, ambayo kwayo wewe muumini huweza kutoa hati ya talaka. Lakini tokea uelewa ule makini wa asili ya ndoa, na lengo la ndoa tokea awali, sisi hushikamana na Adonai wetu Yeshua Kristo kuwa; talaka na itolewe katika hatia ya kuzini pekee (hilo la kwanza), na siyo vinginevyo vyovyote vile.

Sababu ya sisi kuleta haya mawili kwa pamoja hivi, na tena kwa jinsi hii mbele zako mpendwa, ni uhalalisho ule tulio ufanya awali, pale tulipo uliza, je kutoa talaka ni dhambi? Tukajibu siyo dhambi, sababu toraha iliruhusu. Lakini sasa katika toraha ya kiroho, wewe mpendwa unaitwa kwenda mbali zaidi, na kuchagua lilo gumu zaidi, ili iwepo amani nafsini mwako. Hili huwezekana katika mahusiano na YHWH pekee.

Hayo yote matatu (3) ndiyo haya hapa: -

1. Mke au mume aziniye nje ya ndoa (Matityahu 5:31-32, 19:9, Yirmeyah 3:8, Waebrania 13:4).
2. Mke au mume anapo mkana Adonai Yeshua Kristo na kujiunga na dini nyingine, au pale mke au mume anapo achika kwa sababu ya kumpokea Adonai Yeshua Kristo (I Wakorintho 7:11-17,39, Ezra 10:2-17, Matityahu 5:27-28).
3. Pale mmoja wa wana ndoa kwa uchaguzi wa ridhaa yake, aondokapo katika mji wao na kuishi achaguapo, hata kutokuwepo tendo la ndoa tena kati yao (Yeshayah 50:1, I Wakorintho 7:4-15,39, Warumi 7:2-3).

Liko hili moja ambalo limetutesa sana: kama mke au mume huyo anachukiwa (hate) na hata kuteswa (physical torture) na mwenzi wake. Ni katika hili tumechungua sana maandiko ya Malakhi 2:15-16, Matityahu 10:23, Matendo 14:3-7, Torati 24:1-4, Waefeso 5:22,25, na I Petros 3:7 pasipo tija ya upatikano wa ruksa ya talaka humo. Ni kwa jinsi hizi, hata kwetu hatuna ushauri wa kibali. Tunajua nyingi ya mahakama leo hutoa talaka kwa kigezo hiki, lakini kwako muumini; utamshtaki mwenzi wako huyo kwa viongozi wa sinagogi, na hao shuruti wafuatilie hilo mpaka limekoma kabisa kati ya wana hao wa Mungu YAHWEH (I Wakorintho 6:1-8). Imeandikwa sisi tutahukumu malaika, hivyo hakika tunaweza kuhukumiana kuhusu yale yahusiyo mahusiano ya kijamii kati yetu.

Mtume Shauli alichota toka Toraha pasipo kuichukua hukumu yake (laana), bali neema na huruma ya agano jipya (baraka). Maandiko matakatifu yanayo utajiri wa kutosha katika uakisi wa Roho akilini mwetu. Tokea nadharia ya ugumu wa mioyo, ndiyo kwazo sababu hizi 3 pekee, mume au mke huweza kuoa au olewa tena (Torati 24:1-2, Matityahu 5:31-32). Vile-vile kama tulivyo taja juu, kifo cha mmojawapo wa wanandoa humwacha mwenzi wake huru kuoa au kuolewa tena.

Pale Mwana wa Mungu, Adonai Yeshua Kristo alipo tuvinjari duniani, na viongozi wa watu kumsaili kuhusu haya, alitutanabaisha hivi kwa Matityahu 19:3-12: -

Mafarisayo: Hivi yaruhusiwa kwa mtu kumpa talaka mkewe kwa sababu yeyote ile?

> **Adonai Yeshua:** Hivi ninyi hamkusoma kwamba katika ule mwanzo Muumbaji aliwafanya wao mme na mke, na kwamba yeye alisema, kwa ajili hii mtu atamwacha baba na mama yake na kuungana na mkewe, na wawili hawa watakuwa mwili mmoja? Hivyo siyo tena wawili bali mmoja. Hivyo basi, yeyote asitenganishe kile Mungu alicho kiunganisha pamoja.
>
> **Mafarisayo:** Kwa nini basi Mosheh aliamuru kumkabidhi hati ya talaka, na kumwacha huyo mwanamke?
>
> **Adonai Yeshua:** Kwa sababu ya ugumu wa mioyo yenu Mosheh aliwavumilia {hata awaruhusu} nyie kuwaacha {kuwataliki} wake zenu: lakini tokea awali haikuwa hivyo.

Tokea hapa aliendelea kusema; yeyote amwachae mkewe, isipo kuwa kwa uasherati, na kuoa mwingine, huyo anazini. Na yeyote atakaye mwoa huyo mke aliye achwa, naye anazini. Ndipo inarekodiwa talmidim[38] wake wakimwambia, kama hivyo ndivyo ilivyo kwa mtu na mkewe, basi ni vema kutooa.

Hapa Yeshua akahamia ujadilifu mpya kuhusu useja na utawa, akijibu kwao kwamba, siyo watu wote hupokea neno hilo, bali ni kwa wale walio pewa (hilo na Mungu). Kisha akapanua ujadilifu kwa kataja kuwa, wako matowashi[39] (eunuchs) walio zaliwa hivyo, na wako walio hasiwa, na wako walio jifanya wenyewe matowashi kwa ajili ya ufalme wa Mbinguni. Yule ambaye yuko tayari kupokea hili, acha na apokee!

Kilicho watisha talmidim zama zile ndicho hata leo shuruti kikutishe wewe kanisa lake, kwamba kama mke au mume uliyeoa (unaye ishi naye sasa) alisha funga ndoa na kuachwa au kumwacha mtaliki wake pasipo sababu ya uzinzi, basi huyo na wewe pamoja naye mwashiriki dhambi hii ya uzinzi. Hili gumu sana kupokea, kwani mzigo huu wazee wengi wa kanisa leo ni wazoefu wa kuwabebesha binti zetu walio zaa nje ya ndoa, na kamwe siyo hao walio wazalisha.

Hili la kitoraha alilo lisema Yeshua kwamba, yawezekana ukajikuta unaishi ukizini katika uzinzi na mkeo/ mumeo wa ndoa, linatisha sana. Sababu ni sawa na wewe uliye amini kutembea na malaya kila siku maishani mwako mwote. Tena hili halijalishi ndoa hiyo ni ya sinagogini, au serikalini, au ya kimila kwako uliye amini.

Kwa misigi ya toraha, tokea wewe mhalifu wake hili unapo lijua hapa na kuendelea, hiyo sasa inageuka toka dhambi ya kutokusudia (iliyo kuwa na kitubio hekaluni), na kuwa dhambi ya kukusudia (iliyo kuwa pasipo kitubio hekaluni). Usuluhishi wake hili ni kutafuta upatanishi na huruma ya Mungu YAHWEH kupitia neema ya Adonai Yeshua Kristo pekee. Haipo jinsi nyingine zaidi ya hii neema!

Sasa kwako wewe uliye angukia pasipo kujua dhambini humu, na ambaye mara tu umefanya toba la dhambi hiyo kupitia neema ya Kristo kwake Baba Mungu, je ukisha fanya toba hilo, nini kingine kinafuatia? Je mnaacha hilo kwa kuivunja ndoa hiyo, au mnaendelea huku mkifanya toba kwa kigezo kile cha 7 x 70 (yaani pasipo mwisho wa uwezekano wa kutosamehewa)?

Hivi toraha na injili zasemaje kuhusu kuendelea kutenda dhambi huku ukijua waitenda hiyo? Mtume Paulos aliuliza hivi katika hali kama hii: ... *Sasa sisi tusemaje basi? Je tuendelee katika dhambi, ili neema itujalie? Mungu apishilie mbali! Vipi tena sisi, ambao tumekufa toka dhambi, tuishi bado katika hiyo?* ... [Warumi 6:1-2].

Je wakiona sasa kilicho watisha talmidim wa Yeshua? Vipi na wewe uliye katika hali hii, je umetishika vya kutosha kuiacha dhambi hiyo? Je maisha ya muumini wa YAHWEH pasipo uelewa sahihi wa toraha na injili siyo hatari tupu? Kweli watu wake wanapotea kwa kukosa maarifa, kwani waliiacha toraha yake. Hata sasa wewe uhusikae na hili; wakijua asemacho Roho wa Mungu ndani mwako, wewe shuruti utende hilo, sababu imeandikwa: atakuongoza katika kweli yote, yeye atazungumza kwako kile asikiacho, naye atakuonyesha wewe mambo yajayo. Amin

Kabla ya mtu kugeuza hii ndiyo fursa ya kubadili mke au mume, sisi tunamjua mtu ambaye kwa maongozi ya Roho wa Kristo alikivuka hiki kizingiti. Mazingira yake huyo ilikuwa ni kuachana (separation) pasipo kosa la uasherati/ uzinzi, na mwenza wake wa awali (lakini mojawapo ya yale mengine mawili). Lakini sasa anaishi na mke, tena miaka mingi imepita. Na yule waliye achana, naye kaolewa na anaishi na mume. Huyu ni mtu makini inapokuwa ni suala la maandiko, hivyo ni ushauri wetu usikilize hili kwa makini.

Sasa kuwa makini katika hatua na jinsi alivyo oshwa, na kutakaswa tokea dhambi hizi. Kwanza aliongozwa toba dhidi ya dhambi ya talaka pasipo kosa la uzinzi kinyume na maandiko. Kwisha hilo, ndipo aliongozwa amfahamishe rasmi Mungu Baba kuwa; tokea aitambue dhambi hii, tayari mke huyo wa awali amesha olewa, na sasa anaisha na mume mwingine. Pia yeye binafsi (kama Mungu ajuavyo), naye amesha oa na sasa anaishi na mke wake.

Hivyo akamwomba Mungu Baba amruhusu atoe talaka itakayo simama tokea siku ya utambuzi wake wa dhambi hii (na siyo siku waliyo achana), sababu mke huyo wa awali, ni sasa ndiyo anazini na mwanaume mwingine. Kwisha haya alifanya toba la dhambi ya uzinzi kwake binafsi, na kwa kukosa kwake maarifa sahihi hata asababishe watu wengine 3 kushiriki dhambi hiyo. Hivyo alifanya toba pia kwa niaba yao hao wote, kwamba kupitia neema, na katika jina la Adonai Yeshua Kristo, awasamehe dhambi hiyo, na uovu wao wote, tokea mlango ulio funguliwa na dhambi hiyo. Ndipo sasa alimuomba Baba[40] Mungu, kumtambua mkewe tokea kibali na ruksa ya wazazi[41] wake, kama yeye alivyo fanya kwa Havaa.

Katika maandiko tunaona uhusiano wa Mungu YAHWEH na Yisrael ni kama ndoa, yaani inawapasa kuwa pamoja milele. Pia shuruti ujue kwamba, kupitia Yeshua Kristo, sisi Mataifa pia kwa njia ya mwili wake (Kanisa) tumeunganishwa na maagano na ahadi zote za Yisrael. Mungu hana mwingine yeyote duniani aliye wake isipo kuwa Yisrael, na sisi Wakristo kupitia neema yake, tumeunganishwa nao kuwa wake pia.

Kwa jinsi hii, wewe kumtegemea mwingine zaidi yake maishani mwako, ni ukahaba na uzinzi dhidi yake Mungu YAHWEH. Hii ndiyo kweli ya injili aliyo iweka ndani mwetu vyombo vyake, tukuletee wewe mpendwa wake uzungumzaye Kiswahili. Leo umeuona upendo wa Mungu YAHWEH kwako. Sasa nenda ukaishi hivi ...

Pamoja na uzuri wa maandiko hayo yote tuliyo orodhesha, ni ushauri wetu kushika la Rabai Yeshua, juu ya yale yote ya mwanafunzi wake Shauli. Sasa tukiwa tumemaliza mjadala wetu kuhusu talaka, hii ndiyo hukumu yetu: talaka ibaki katika kuzini pekee.

Ubadili wa Jinsia:

Pia liko hili lilo maarufu leo la kubadili jinsia (sex change operation). Ni kwa sababu ya hili ndiyo sisi tulitaja jinsia ya mke na mume katika tafsiri ya ndoa shuruti iwe ile ya asili uliyo umbiwa. Tunajua kuhusu wale walio zaliwa na jinsia zote mbili, na kutaka kuondoa moja. Lengo la tafsiri makini ni kuzuia kabisa ushoga, usagaji, na yote mengine yajayo kesho kuichafua taasisi hii. Kama haupo uzazi, ujadilifu wa talaka unakuwa kipimo cha upumbavu wa mtu.

Mkataba wa Mali za Kabla ya Ndoa:

Pia siku hizi iko mikataba ya umiliki wa mali za kabla ya ndoa (prenuptials agreement), kuwa nje ya mali za ndoa (matrimonial properties). Pamoja na jambo hili kuwa kinyume na tafsiri ya neno ndoa, tena na dhana nzima ya ndoa, ni chachu iletayo maandalizi ya talaka tangu siku ya harusi.

Makubaliano hayo huonyesha kutokuwepo umoja mkamilifu ulio msingi mama wa ndoa; kwàmba wawili, wameamua kurejelea jinsi awali walivyo umbwa na Mungu. Ndoa ni muunganiko wa mtu mume na mtu mke kuwa mtu mmoja, kiuchumi, kimwili, na kijamii. Katika upungufu wa moja kati ya haya 3, hiyo siyo ndoa tena, bali makubaliano ya kuzalishana watoto katika uzinifu.

Cheti cha Ndoa cha Serikali:

Na jingine tusilo jua nini tufanye kwalo leo hii, ni hicho cheti cha ndoa cha serikali. Kwani uwepo wake hicho, huita shuruti ya utii wetu kwake hicho. Ni kwa ajili ya umuhimu wa utii huu, ndiyo sisi tunanasaha watunga sheria wetu kuhusu yale ya kweli ya maandiko matakatifu. Sheria ya ndoa katika nchi zetu hizi tunazo zungumza Kiswahili; zina lengo sawa la kuleta amani, usalama, na maelewano ndani ya jamii, na rai wote pasipo kujali imani zao (secular state).

Hivyo cheti hiki cha ndoa ni sehemu ya harusi iliyo ushahidi mbele za watu, ili pasiwepo mapigano ya kugombea mke au mume wa mwingine. Huu ndiyo utawala wa sheria. Kwa jinsi hii cheti hiki kinafanyika pia mojawapo ya vielelezo makini ndani ya taratibu za talaka. Ni kwalo hili sisi leo hii bado kujua nini tufanye, sababu kanisa tunapokea kutokana na ugumu wa mioyo yetu.

Tazama, kama tukikipinga cheti hiki, sababu sheria za nchi zaruhusu talaka, basi mazingira hayo 3 juu ambayo kwayo Kanisa huruhusu talaka hayata-tekelezeka. Pia huo utakuwa unafiki wetu mchana kweupeee. Tumepigwa pande zote mbili kibao, tunasutwa na ridhaa ya YAHWEH Mungu wetu, na sasa hata babiloni naye anatukebehi?

Utasa, Ugumba na Ujane

Utasa ni hali ya mwanamke kutoweza kutunga mimba, ili kuwa mjamzito. Ugumba ni hali ya mbegu za kiume kutoweza kumtia mke mimba, ili awe mjamzito. Mjane ni aidha mtu mwanaume (widower) au mwanamke (widow) aliyefiwa/ tengwa[42] na mwenzi wake wa ndoa. Sifa moja inayo waunganisha wote hawa watatu, ni kutokuwepo uwezekano wa kupata mtoto kama utabakia katika mojawapo ya hali hizi.

Uwepo wa haya 3 ni utendaji wa laana, inayo simama kinyume na baraka ile ya awali aliyo pewa mtu na Mungu. Maandiko hujadili kwa kina jinsi baraka iyashindavyo haya, na kutoa mifano lukuki kwayo wewe kufaidika nayo. Kwa mfano, yako maandiko takribani 82 kuhusu ujane pekee. Sisi Tunaaminii maelezo ya kaka yetu Jesse Duplantis, kuhusu kile alichoona Mbinguni mbele ya kiti cha enzi, kwamba sala hupokelewa na watoto hutoka kwake na kuingia katika matumbo ya uzazi ya mama zao duniani.

Kamwe katika hili usisahau baraka ya Torati 7:14 .... *Wewe shuruti ubarikiwe juu ya watu wote: hatakuwepo mwanaume au mwanamke mgumba[43] au tasa[44] kati yenu, au kati ya mifugo yenu.* ... Hii ahadi ni kwa wana wote wa Abraham, wewe uliye wa Kristo, pia ni mwana wa baba yako wa imani Abraham (Warumi 4:9-16). Kama hivi ndivyo, kipi sasa kikuzuiacho kuidai na kuipokea ahadi hii katika sala? Simama hapa mpaka umepokea (rejelea somo la Jinsi ya Kusali kwa Usahihi nyuma ili kutenda istahilivyo).

Pia kwa ajili yako iliahidiwa hivi ... *Yeye humfanya mwanamke tasa {asiye zaa} kukaa {kubaki} katika nyumba {kaolewa}, mama mwenye furaha ya watoto. HaleluYah {Msifuni YAHWEH}.* ... [Zaburi 113:9].

Ni hivi ilikuwa kwa Elizabeth binti wa Aharon na mke wa kuhani Zekaryah baba wa Yokhana Mbatizaji kwa Luka 1:7,13 ... *Na wao walikuwa hawana mtoto, sababu Elisabet alikuwa tasa {hazai}, na wao wawili miaka yao ilikuwa imekwenda sana. ... Lakini malaika alisema kwake, Usiogope, Zekaryah: kwani ombi*[45] *{maalumu, au lalamiko} lako limesikika; na mkeo Elisabet shuruti atakuzalia wewe mtoto wa kiume, na wewe shuruti utamwita jina lake Yokhana {yaani Mungu ni mwenye neema}.* ...

Wako wajane ambao kufariki kwa mume au mke, humwachia mkiwa. Kumbuka katika maandiko Mungu ndiye aliye jitwisha binafsi ulinzi wa yatima na wajane kwa Zaburi 68:5 ... *Baba wa wasio na baba {yatima}, na hakimu {pia wakili} wa wajane, [ni] Elohim katika makazi yake matakatifu.* ... Anarudia hili katika Zaburi 146:9. Na ana wasihi wasiache njia zake kwa Yeshayah 9:17 na I Timotheo 5:5.

Katika I Timotheo 5:1-16 anawasihi wajane vijana kurudi katika maisha ya ndoa, kwani ni kuhani pekee aliye katazwa kuoa mjane (Walawi 21:10-15). Toraha ilifungua mlango kwa wajane wasio wana kuolewa na kaka za marehemu waume zao (hata kama inakuwa mitala). Hili ni changamoto letu kwa wajane wote walio na uwezo wa kuzaa wana [miaka 13 (menstrual) - miaka 51 (menopause)] kurudi katika faradhi[46] ya ndoa.

Tafadhali fanya tafakari pamoja nasi katika haya: Mwanzo 11:30, Kutoka 22:22, Torati 24:17-21, 27:19, I Wafalme 17:9—14, Zaburi 82:3, Mithali 15:25, Yeshayah 1:17, 54:1,4, Yirmeyah 7:6-7, 49:11, Yehezkel 44:22, Luka 4:25-26, 20:47, Matendo 9:39-41, I Wakorintho 7:8, Wagalatia 4:27, I Timotheo 5:16, Yahkob 1:27.

Watoto:

Sisi tunafikiri ni tokea utambuzi wa raha na furaha ya Baba Mungu kuwa na Mwana, ndiko kulipelekea uumbaji wa ulimwengu. Hivyo uumbaji wote ni kwa ajili ya familia yake kuwa na mahali pa kutosha kuishi milele. Tena ulimwengu usio chosha wala kumalizika, bali wenye maajabu, na mengi mazuri kupindukia, kwa sisi kufurahia maisha yetu milele humo. Katika haya ndiyo utukufu wake hudhihirika.

Watoto ndiyo utimilifu wa baraka ya kuzaliana na kuongezeka hadi kuijaza Dunia. Hivyo mtu ni mbegu ijizalishayo duniani, hata ifike siku ambayo Dunia yote imejaa watoto wake. Na kupitia mpango wa ukombozi watoto hao wote, tuwe kama Kaka yetu mzaliwa wa kwanza Yeshua Kristo alivyo kwake. Ni kwa jinsi hizi, haipo baraka au wajibu ukutanguliao mtu kwisha kombolewa zaidi ya huu.

Kampeni za uzazi wa mpango, au hekaya nyingine za kuwa Dunia haitatosha watu, zipuuzwe, kwani hata theluthi moja ya ujazo wake bado kufikia. Mfumo wa babiloni ndiyo hulimbikiza rasilimali zake nyingi kwa wachache, huku ukiwaacha walio wengi katika ufukara. Wana historia wanajua vema kuwa, maendeleo ni matokeo ya mlipuko wa idadi ya watu. Kumbukumbu zaonyesha kuwa, ilikuwa hivi bara Ulaya zamani, na leo hii tunashuhudia hilo-hilo bara Asia.

Liko jambo ambalo sayansi bado kulikamilisha hata kuoana na maandiko. Mtoto wa mwana-adam anafikiriwa kwa mlinganisho na wanyama wengine (tokea Darwin wao huaminii mtu alitoka kwa nyani) kuwa, huzaliwa mapema pasipo muda wake kutimia. Hivyo ubongo na mwili wake bado uhihitaji muda zaidi wa makuzi. Kwa hali hii mtoto wa mwana-adam huonekana dhaifu na tegemezi kupindukia kwa mlinganisho na wana wa wanyama wengine wote.

Wana nadharia wa evolusheni kinyume na sisi wakriesheni, huona sababu ya kuzaliwa huku mapema ni pale mtu alipotoka kutembea kwa miguu 4 na kutembea kwa miwili. Kuwa mabadiliko hayo yalihitajika, ili mtu awe mwindaji mahiri na hivyo jamii yake kuendelea (survival of the fittest), kwani aliweza kukimbia kwa kasi zaidi. Hivyo mapafu yake yalibadilika, misuli ya makalio iliota kwa ajili hiyo, na mifupa ya tumbo la uzazi kwa mwanamke (pelvic girdle) ilibidi kubadilika nayo (natural selection).

Kwa jinsi hii njia ya uzazi wa mtembea kwa miguu miwili huwa ndogo kwa mlinganisho na ile ya mtembea kwa miguu 4. Hivyo miezi 9 ndiyo kamilifu kabisa na ya mwisho kwa nafasi ya kuweka mwana ndani ya tumbo la uzazi, na hivyo mtoto humpasa kugeuka na kujikunja kwa mkunjo maalumu ili aweza zaliwa. Na hivyo kwayo haya yote, ndiko kujifungua huwa maumivu ya uchungu kwa mwanamke. Sisi tunajua kwa biblia kuwa, uchungu na maumivu ya kujifungua, ni matokeo ya laana maalumu kwake Havaa, kwa kosa la kudanganywa, na kumshauri mumewe Adam kushiriki uovu huo pia.

Sisi tunafikiri kuwa, sababu mtu aliumbwa awali kwa mfano wa Mungu, basi tulitakiwa kuongezeka kwa ugawanyo mkamilifu kama vile Baba Mungu alivyo mpata (begotten[47]) Mungu Mwana toka yeye. Hivyo Mungu Mwana akawa kama yeye, lakini katika nafsi huru na tofauti naye. Kwetu sisi hili ndilo huelezea vipi mwanaume anazo chuchu za urembo pasipo matiti, na mtoto huzaliwa kabla ya kukamilika.

Kama suala lingekuwa ni mtoto kuzaliwa aliye kamilika kwa mfano wa wanyama, basi ingebidi Havaa afanywe na umbo kubwa takribani mara mbili ya lile la Adam. Hivyo hata mimba ingechukua labda miaka 3 kabla ya kujifungua. Kwa kusema hivi, ingempasa Adam naye afanywe tena upya (kuwa jitu). Sikiliza rafiki, kama lengo la ndoa ni kuzaliana na kuongezeka hadi kuijaza Dunia, basi njia ile ya kwanza kwa ugawanyiko, ile ya awali iliyo msikitisha Adam (nafsi mume au mke?) ingestahili zaidi.

Tazama, mtoto wa ugawanyiko angekuwa kama mzazi wake, na kutohitaji kunyonyeshwa (hivyo adam hakuwa nayo). Kwa kuwa Havaa alifanyika kwisha uamuzi huu kufikiwa, basi aliongezewa viwili ambavyo mwili wa awali wa adam alio kuwemo haukuwa navyo: tumbo la uzazi na matiti kumnyonyesha mtoto wake. Mfumo wa uzazi pia ulikuja na uke kwa ajili ya njia ya mkojo na kupokea uume kwa upitisho wa mbegu. Awali uume kwa Adam ulikuwa ni kwa ajili ya wao nafsi mbili kujisaidia haja ndogo (na mbegu za uzazi ndani yao zingetumika katika ugawanyiko bora na makini zaidi ya huu wa amoeba tunao ujua).

Pia katika ufanyikaji mpya, tumbo la uzazi lilipewa mayai kukomaa kila mwezi hata kushika mimba, kama yatakutana na mbegu ile iwezeshayo ugawanyo wa uhai, iliyo bakia ndani ya mwili wa Adam. Hapa ndipo tendo la ndoa lipelekealo ushiko wa mimba lilipo. Tazama utajirisho wa mayai haya ya mama yanayo komaa kila mwezi kuwa yaweza fanya hivi takribani mara 400 maishani mwake, tokea alipo vunja ungo.

Hii ni takribani miaka 33 ya tokea kuvunja ungo alipo fikisha miaka 13. Hivyo mwanamke katika ukawaida huweza kuzaa hadi afikishapo miaka 46-51, na juu yake hii ni baraka za Mungu (Mwanzo 17:15-19, 21:7). Hivyo kwa wastani wa kila baada ya miaka 3 kupata mimba, humpa uwezo wa kuwa na wana 11 afikishapo umru huo.

Njia ya pili ni ile ambayo Jesse Duplantis na maandiko mengi hukiri kwamba, wako watoto ambao ni zawadi na hutoka moja kwa moja kwa Baba Mungu kuja duniani kwa wale wamwombao (Mwanzo 15:2, 33:5, I Shemuel 1:27, Yeshayah 8:18, 9:6, Luka 11:13, Waebrania 2:13). Njia hii haijali vigezo vyote tulivyo tumia au taja, kwa uelewa wa sayansi leo hapa duniani.

Wanasayansi kupitia DNA na hususani 'michondria' ya mwanamke, wamethibitisha sote tulioko duniani kwa nyakati zote tumetokana na mwanamke mmoja (Havaa). Havaa aliishi takribani miaka 6000 iliyopita (wao humwita Lucy[48]). Hata 'chromosome' nyeupe zilizo za baba ndani ya DNA zaelekea kuthibitisha baba mmoja (Adam). Hata kwa wanyama tunaona asili kutajwa sawa na idadi ile iliyo chukuliwa katika safina na Noakh.

Na katika kupigilia msumari wa mwisho katika kaburi la evolusheni, tunaona hata kompyuta kuu za uwezo mkubwa na kasi (super computer) duniani, zikiafiki idadi ya watu leo toa majanga yote kihistoria kuwa ni sahihi na hususani ukianzia miaka takribani 6000 iliyopita (siyo mamilioni tena). Wakati biblia yathibitishika, sayansi feki uhitaji ulinzi wa kisheria, na kushurutishwa kooni mwa kila mwanafunzi duniani!

Mkutaniko wa mbegu ya kiume na yai la kike, hupelekea ufanyikaji wa 'embryo' ambayo hubadilika na kuwa 'fetus' baada ya wiki 7 mpaka 8. Ni fikra kubalifu kwetu kwamba 'fetus' ni mtoto mchanga ndani ya tumbo la uzazi wa mama yake. Kusema hivi humaanisha; kutoa (abortion) mtoto mchanga wa wiki 7-8 toka tumbo la uzazi wa mama yake ni uuaji (murder). Toraha inakuhukumu kifo kwa hili, kwani hukumu ya kifungo cha maisha siyo adhabu lipizi. Kwa wale ambao haina budi ili kuokoa uhai wa mama, kitakiwacho kwao ni toba tu.

Ukichungua lugha ya maandiko, hakika biblia hurudi nyuma hadi katika kipindi cha 'embryo' kilicho mbegu za kiume katika utungo wa yai la kike. Pale mimba itolewapo katika hatua ya 'fetus' hupelekea 'mama' kusafishwa kwa tumbo lake la uzazi kwani 'placenta' huwa tayari hapo, na mrija uunganishao mama na mtoto hubidi nao kukatwa. Maandiko mengi huita kipindi cha 'embryo' kuwa ni 'mbegu' ambayo hujulikana kama uzao. Je biblia[49] hairudi nyuma katika makutano ya mbegu ya kiume na yai la kike?

Je wakumbuka mafundisho ya awali kuwa, uliishi kabla ya kufanyika katika tumbo la uzazi wa mama yako? Thibitisha pamoja nasi kuwa, ujulikano wa mtoto kama mtu hurudi hata nyuma ya mbegu (embryo) ambayo tumetaja mara juu kwa Yirmeyah 1:5 ... *Kabla Mimi sijakutengeneza {kama kazi ya ufinyanzi} wewe katika tumbo Mimi nilikuwa nakujua wewe; na kabla wewe haujatoka katika tumbo la uzazi Mimi nilikutakasa {kukufanya mtakatifu} wewe, Mimi nilikufanya wewe nabii kwa Mataifa {goy}. ...*

Mbinguni uko ushahidi wa watoto walio tolewa katika hatua hizi za mimba, nafsi na roho zao ziko hai, kwani kwa Baba Mungu wao wanaendelea kuishi. Sisi tunao ushahidi kwamba, mama zao wafikapo huko katika Kristo Yeshua, watawatambua, na hata kupendana milele pasipo upeo.

Ugunduzi wa sayansi leo unatuonyesha damu ya mtoto huanza kuwa na uwezo wa kuganda ulio juu zaidi tokea siku ya 8, na kuwa hivi mpaka kwisha kwa miezi 3. Ni mapendekezo yetu mtoto wa kiume afanyiwe tohara (kutahiriwa) katika kipindi hiki. Kamwe tohara isifanyiwe kwa mtoto wa kike (ku-keketwa). Haupo ulazima kimaandiko kwa asiye Myisrael kujiunga na agano la Abraham kwa tohara, sababu sisi hujiunga nalo kwa kupitia imani yetu kwake Adonai Yeshua Kristo.

Hivyo tohara na iwe uchaguzi wako mzazi, aidha ni kwa sababu ya mapenzi yako kwayo maelekezo ya Mungu YAHWEH, au ni sababu yeyote ile katika zama zako. Je wafikiriaje kuhusu ubatizo wa watoto katika siku hii-hii ya 8, kwamba uwe ndiyo ujumlisho wake katika familia ya Mungu YAHWEH?

Kuhusu malumbano ya ubatizo wa watoto usitie shaka mpendwa, kwani hata Yeshua alibatizwa pasipo kuwa na dhambi kama huyu mtoto wako mchanga. Huu ni ubatizo wa ishara ya usafisho kuwa wake katika utii wa agizo la Adonai Yeshua kwa Matityahu 28:19. Pale afikishapo umri wa miaka 13 (barmitzvah) awekewe mikono kichwani kwa ubatizo wa moto wa Ruak HaKodeshi, ili aanze kufaidi matunda ya Roho maishani mwake. Abarikiwe kwa maneno ya Hesabu 6:23-27.

Kwisha haya ya sinagogini, pale mtoto afikapo nyumbani, katika chumba cha siri cha sala, baba utaweka mkono wako wa kuume juu yake na kumbariki mwanao juu ya maisha yake yote. Kwa mapokezi ya Kiyehudah, tokea siku hii itakuwa ruhusa rasmi kwake kusoma maandiko. Hivyo mnunulie biblia yake fasaha, kwani tokea hapo dhambi zake zi juu yake, na siyo jukumu la wazazi/ walezi wake tena. Lakini bado anaendelea kuwa katika maongozi yako mzazi mpaka afikishapo umri wa miaka 21.

Kwa kuwa sasa tumefikia tamati ya somo hili la Mafundisho ya Ndoa, je mpendwa unaweza kujibu maswali dira yale yote uliyo ulizwa awali katika mwanzo wa somo? Nini maana ya ndoa? Ndoa ilianza vipi? Nani alifanya ndoa ya kwanza? Je ndoa ya pili ilifungwaje kama siyo kati ya wana ndugu? Je ndoa ya asili ni ya mke mmoja ua wake wengi? Kwa nini hakuna ndoa ya waume wengi kwa mke mmoja? Andiko lipi lapiga marufuku ndoa za mitala? Je uko usawa katika ndoa kati ya mume na mke?

Pamoja nayo hayo ni: je mtu wa miaka mingapi aruhusiwe kuoa au kuolewa? Je ni haki na stahili ya kijana na binti kuchaguana? Vipi vigezo vya mume/ mke mwema? Ipi tofauti ya uasherati na uzinzi? Je harusi inatakiwa kuaje? Je ni sahihi kula kiapo cha shida na raha katika ndoa? Je ni sahihi kufunga ndoa kwa hati ya serikali iruhusiyo talaka?

Na zaidi yake hayo ni: Je majitu ni wakina nani na wamekwenda wapi? Biblia inasemaje kuhusu kutumia kondomu au kufunga kizazi? Ni sahihi kutoa talaka na kisha kuoa tena? Lipi kosa la kutoa mimba kwenye maandiko? Ni sahihi kwa aliye zaa nje ya ndoa kutengwa na Kanisa? Ni sahihi kwa aliye zaa nje ya ndoa kutoshiriki Meza ya Adonai? Lipi kosa kubwa kati ya kutoa mimba nje ya ndoa, ua kuzaa nje ya ndoa? Andiko lipi lazuia kujamiiana watu wa jinsia moja? Je wako viumbe wengine (alien) ulimwenguni wenye utashi na ufahamu kama wetu?

Wakati wa uhariri tulirudishiwa maswali 5 kuyafanyia ufafanuzi kwa ufupi, kama ifuatavyo: Kwa nini hakuna ndoa ya waume wengi kwa mke mmoja? Awali ya yote mke aliitwa msaidizi wa mume, hivyo uongozi wa familia, pamoja na umiliki wa wana, ulipewa kwa mume (mstari wa damu – bloodline).

Je ni sahihi kula kiapo cha shida na raha katika ndoa? Ndiyo, katika ndoa zipo shida/ tabu na raha kama ulivyo ona baadhi humu. Kiapo cha ufukara na utajiri hapana, usitaje ufukara, taja utajiri mara mbili ikibidi, na kata hilo neno kama lipo katika cheti chenu cha ndoa (hicho ni milki yenu).

Ni sahihi kwa aliye zaa nje ya ndoa kutengwa na sinagogi? Siyo sahihi, lakini ni shuruti huyo afanye toba la dhambi ya uasherati/ uzinzi tokea siku ya tendo hilo. Na katika siku ya 8 mtoto huyo abatizwe katika jina la Baba Mungu YAHWEH, la Mwana wa Mungu Adonai Yeshua Kristo, na la Ruak HaKodeshi. Haya ya ndoa ni kati ya muumini na Mungu YAHWEH kwa utii wa toraha. Sinagogi ni kusaidia tu katika mafundisho haya ya ndoa kila Sikumosi, ili kulisha mwili wa Kristo uimarike katika maarifa yote.

Ni sahihi kwa aliye zaa nje ya ndoa kutoshiriki Meza ya Adonai? Siyo sahihi, arudi kushiriki, na kama sinagogi au dhehebu lake haliruhusu, afanye hivyo nyumbani (maelekezo yamo humu kitabuni), au aende katika sinagogi linalo ruhusu. Lipi kosa kubwa kati ya kutoa mimba nje ya ndoa, ua kuzaa nje ya ndoa? Kutoa mimba nje ya ndoa ni kosa kubwa zaidi, sababu umefanya mauaji ya mtu (murder), tena ukisha kufanya dhambi ya aidha uasherati au uzinzi, wakati kuzaa nje ya ndoa ni dhambi ya aidha uasherati au uzinzi. Kwa yote mawili, shuruti mhusika afanye toba zake katika usahihi wa maandiko.

Sasa tumefikia tamati ya somo hili la Mafundisho ya Ndoa – **Baraka za Mungu YAHWEH ziwe juu yako, tokea sasa, na hata siku zote za maisha yako.** Napokea katika jina la Adonai Yeshua Kristo. Amin

---

[1] Jina mama yake alilomwita, na yeye kuitika, alipo kuwa duniani.

[2] Kusema au kutenda jambo ambalo ni chukizo na kinyume na maelekezo na uumbaji wa Mungu YAHWEH.

[3] http://encyclopedia2.thefreedictionary.com/gravity

[4] Aibu, haya, izara

[5] Aner – mwanaume, mume – Adonai ndiye kichwa wa kila kichwa cha familia (mwanaume).

[6] Aner- mume, mwanaume – sisi hatufikiri kichwa cha mwanamke aliye kombolewa ni kila mwanaume, bali mumewe pekee. na uelewa huu ndiyo unaotakiwa kwa uelewa sahihi wa I Wakorintho 11

[7] Huu ni utani kuleta kicheko usoni mwako – lakini Adam kama wanaume wengi leo, aliogopa kupingana na mkewe Havaa, ili aendelee kufaidi amani ya mahusiano mema kati yao – na halahala kesho Mbinguni mtu akamwambia sisi tulisema hivi ... (bado tunatania)

[8] Wako watu ambao hawa-jumuiki sinagogini wala kujiita Mkristo, lakini anasali kwake na kumwamini Adonai Yeshua Kristo hata amponye maradhi na kumbariki maishani. Wengi wao huwa hivi kwa uficho wa kidini kuogopa utengo na familia yake isiyo ya imani hiyo.

[9] Thinking aloud

[10] Je utukufu huu ndiyo ule-ule alio wapa Yisrael jangwani, nao wakauita Shekinah? Hivyo kiunganishi cha Kanisa ni Ruak Hakodeshi, naye ndiye siri kuu ya umoja wetu katika YAHWEH?

[11] Katika zama hizi, mtu alijua moyoni ndipo akili ilipo, na siyo ubongoni kama ilivyo leo. Hivyo kila uonapo neno moyo, wewe tambua hilo humaanisha akili na siyo hisia – HILI NI MUHIMU KUELEWA KINACHO SEMWA

[12] Delusion – fikra za uongo {toka kujidanganya) kuhusu wewe ni nani na kwa nini upo katika hali hiyo

[13] https://en.wikipedia.org/wiki/Lilith

[14] Kwa sababu ya urithi na dopsheni yetu ifanyikayo kupitia Adonai Yeshua Kristo.

[15] http://www.independent.co.uk/life-style/health-and-families/health-news/marriage-between-first-cousins-doubles-risk-of-having-baby-with-life-threatening-birth-defects-8686232.html; http://www.genetic-genealogy.co.uk/Toc115570145.html; https://en.wikipedia.org/wiki/Cousin_marriage

[16] majitu

[17] Katika siku za uandishi huu aongozaye ni Geograph Channel ikufuatiwa kwa mbali ni zinginezo zifuatazo itakadi yao hii ya Kidarwin (Darwinism).

[18] Geography channel, discovery channel, history channel, knowledge channel etc

[19] Wewe umezoea kusema Sodoma na Gomora

[20] Yafikirika kuwa hii ni Kenaani

[21] Yafikirika nchi hiyo au hizo ni aidha Moabu au Edomi

[22] Tafsiri ya neno hawara kama litumikavyo katika biblia ni mwanamke mwingine ambaye mwanaume ana ingiliana naye kimwili pasipo kuwa mke wake. Huu ni uzinzi kwa mwanaume aliye oa, na uasherati kwa mwanamme asiye oa.

[23] Hili neno halionyeshi uzuri au ubaya, kwani humaanisha zamu za mume kulala na mkewe, au kitendo cha mwanaume na mwanamke kujamiiana. Hili la mwisho ndiyo tulilo litumia hapo.

[24] Neno malaika waasi humaanisha walio kuwa sehemu ya uasi ule wa awali wa lucifer juu Mbinguni.

[25] https://en.wikipedia.org/wiki/Polyandry

[26] Tumebadili toka kaka kuwa dada, sababu andiko kabla yake linazuia kwa dada wa mama yako sababu ni ndugu wa karibu, tunafikiri lengo hapa lilikuwa kuzuia dada wa baba yako, sababu inaonekana kwetu mlengwa wa zuio ni nafsi mme na siyo mke.

[27] Ilikuwa desturi ya kale kwa mfalme mpya kurithi nyumba yote ya wanako kaa wake, mahawara (vimada), na masuria (wajakazi/ watumwa wa kike walio fanywa wake) wa mfalme aliye tangulia

[28] Mstari unao fuatia wataja hili kutokea kwa miji ya Damaskasi na Samaria mbele za mfalme wa Assyria.

[29] LGBT – lesbian, gay, bisexual, transgender

[30] Torati 22:10

[31] Fanya isivyo stahili

[32] Lilitumika kale kama jina la satani, likimaanisha Kiebrania asiye faida, asiye lolote (hohehahe)

[33] Stationary – maeneo ya biashara kwa ajili ya kuuza vifaa vya maofisini, kupata vivuli (photocopy/ scanning), na kuchapisha (printing), na yote mengine secretaries wafanyayo maofisini.

[34] Neno ofisini hapa limetumika kama kazini, yaani mahali ambapo wao hutandaza nyavu zao kunasa wateja.

[35] Signature, signing

[36] Hali ya kutokuwa na akili yenye makini

[37] mbona mimi nilikuwa sijui hili – sasa umejua, nenda kaifute, na ndipo utubu kupitia neema ya Kristo.

[38] Wafuasi mitume

[39] Mtu mume aliye hasiwa, asiye weza simamisha uume, au hanithi kwa sababu hizo mbili.

[40] Gundua jinsi atumiavyo neno Baba; aendapo kwake kama Hakimu wa Haki, humwita Mungu Baba (ukichwa wake katika utatu), na pale alipo maliza hayo ya misamaha, ghafla anarudia hali yake ya kuwa mtoto wa YAHWEH na kumwita Baba Mungu (mtoto anaongea na Baba yake, na siyo Kaka yake Yeshua, au Roho wake Ruak HaKodeshi).

[41] Tazama utambulisho wa uwepo wa ndoa ni tokea kibali cha wazazi wake mke, kuwaruhusu wao, na hivi ndivyo Mungu alivyo tenda kwa Havaa bustanini Eydeni hata amlete kwa Adam (siyo cheti cha ndoa, siyo harusi wala chechote kile, bali tokea kile Mungu alicho tenda kwa bintiye wa kwanza duniani).

[42] II Shemuel 20:3

[43] Kiumbe chechote cha kiume kisicho kuwa na mtoto

[44] Kiumbe chechote cha kike kisicho weza kuzaa

[45] petition

[46] Jambo au kitu ambacho ni lazima kufanya, wajibu

[47] Tazama kwa makini uelewe kwamba, katika hili sisi hatusemi Mungu alizaa Mwana, bali alimpata Mwana. Tungependa pia kuwa-hakikishia wapinzani wa mduara wa mwambani Yerushalem kuwa; ukristo na biblia viko bayana katika hili, na tunaelewa vema maana na tofauti za maneno haya mawili.

[48] Lucy ni jina la kike la Kiingereza na Kifaransa (Lucie) litokanalo na jina la kiume la Kitaliano/ Kilatini Lucius ambalo humaanisha nuru, aliye zaliwa alfajiri au mchana, ang'araye, au mwenye mng'aro wa nuru (unaweza ukahisi kwa nini evolushenisti wamechagua hili, ni ukaribu wake na lucifer?): https://en.wikipedia.org/wiki/Lucy

[49] Mwanzo 3:15, 4:25, 12:7, 13:16, Zaburi 18:50, Yeshayah 66:22, Marko 12:19-22, Yokhana 7:42, Warumi 4:13-18, Wagalatia 3:16,29 & Ufunuo 12:17.

Don't miss out!

Visit the website below and you can sign up to receive emails whenever Shannel S Silwimba publishes a new book. There's no charge and no obligation.

https://books2read.com/r/B-A-OGCW-ADJFC

BOOKS 2 READ

Connecting independent readers to independent writers.

Also by Shannel S Silwimba

Chuo cha Tatu

Mwana-Adam ni Nani Naye ni Nini Mungu Amkomboe

Standalone

Historia & Maisha ya Yeshua Kristo

Jinsi ya Kusali & Kuongea na Yahweh

Mafundisho ya Utajiri

Utatu Mtakatifu

Mafundisho ya Ndoa

About the Author

Amehitimu elimu ya chuo kikuu, na amehudumu kwa takribani miaka 25 ya kazi kusaidia wengine wafanikiwe akiwa katika nafasi ya mkuu wa idara. Katika kipindi hiki amehudumu kwenye makampuni matatu ya kimataifa. Hivyo anao uzoefu katika sekta ya kilimo biashara na usindikaji kwa miaka 7, wa kuzalisha vyakula na usambazaji kwa miaka 8, na uagizaji na uuzaji wa mafuta kwa takribani miaka 10. Kwa sasa ni mhudumu katika biashara ya kilimo cha matunda, na usambazaji huu wa vitabu.

www.ingramcontent.com/pod-product-compliance
Lightning Source LLC
LaVergne TN
LVHW040437051026
849517LV00002B/643
* 9 7 9 8 2 1 5 4 1 7 8 5 0 *